കുട്ടികളുടെ ഭഗത്സിങ്

Kuttikalude Bhagatsingh
Children's Literature

Santhosh Priyan

CHINTHA PUBLISHERS
Thiruvananthapuram

First Edition
April 2021

Published
Chintha Publishers, Thiruvananthapuram

Typesetting
Sreebhadra, Thiruvananthapuram

Cover Design & Illustration
Ratheesh Vincent

ISBN : 978-93-90301-16-4

CO - 2960 / 5370

Email: chinthapublishers@gmail.com
Website: www.chinthapublishers.com

Distribution
DESHABHIMANI BOOKHOUSE
H O Thiruvananthapuram 695035

Branch
Head Office Kunnukuzhi • Statue Thiruvananthapuram • KSRTC Bus Station Thiruvananthapuram
KSRTC Bus Station Alappuzha • KSRTC Bus Station Ernakulam • Machingal Lane Thrissur • IG Road Kozhikode •
Mavoor Road Kozhikode • NGO Union Building Kannur •
Central Bus Terminal Complex Thavakkara Kannur

കുട്ടികളുടെ ഭഗത്സിങ്

സന്തോഷ് പ്രിയൻ

ചിന്ത പബ്ലിഷേഴ്സ്
തിരുവനന്തപുരം-695 035

സന്തോഷ് പ്രിയൻ

കൊല്ലം ജില്ലയിൽ ആദിച്ചനല്ലൂർ പ്ലാക്കാട് ഗ്രാമത്തിൽ ജനനം. ആയിരത്തില്പരം ബാലസാഹിത്യരചനകൾ നിർവ്വഹിച്ചിട്ടുണ്ട്. ബാലസാഹിത്യരചനയ്ക്ക് നിരവധി പുരസ്കാരങ്ങൾ ലഭിച്ചിട്ടുണ്ട്. *മാതൃഭൂമി, മംഗളം* എന്നിവയിൽ എഡിറ്റോറിയൽ വിഭാഗത്തിൽ ജോലി ചെയ്തിരുന്നു. നിലവിൽ *ദീപിക*യിൽ സബ് എഡിറ്റർ.

കൃതികൾ: *12 ബാലകഥകൾ, ശ്രാവണ, ഉണ്ണിമായേം ഉണ്ണൂലി മുത്തശ്ശീം, ഗുസ്തിക്കാരൻ മല്ലയ്യ, കുട്ടിച്ചാത്തനും കുട്ടികളും, കൊച്ചമ്മാളുവും ചിരിയക്ഷിയും, ജംബു, പെണങ്ങല്ലേ പെണങ്ങല്ലേ പെണങ്ങുണ്ണീ, കുഞ്ഞിമാളുവും കുശുമ്പിക്കോതയും, ചേറപ്പായിക്കഥകൾ, കടത്തുകാരൻ, തെരുവിലെ കുട്ടി, മീശപ്പുലിമല, ഇത്തിക്കരപ്പക്കി.*

ഭാര്യ : അനു

മകൾ : ഇളാപ്രിയൻ

വിലാസം : തെക്കേ ഉരണ്ടയ്ക്കൽ വീട്
പ്ലാക്കാട്, ആദിച്ചനല്ലൂർ പി ഒ
കൊല്ലം – 691573

ഫോൺ : 9496222107

Email : santhoshpriyanpkd@gmail.com

പ്രസാധകക്കുറിപ്പ്

ഭഗത്സിങ്ങും സഹപ്രവർത്തകരും ജനഹൃദയങ്ങളിൽ ഇടം നേടിയ ചരിത്രപുരുഷന്മാരാണ്. ജനകീയബോധത്തിന്റെ ഭാഗമായിത്തീർന്ന ഭഗത്സിങ് ജനങ്ങളുടെ അഭിലാഷങ്ങളുടെയും ദേശാഭിമാനത്തിന്റെയും വിമോചനപ്പോരാട്ടത്തിന്റെയും ഉജ്ജ്വല പ്രതീകമായി നിലനില്ക്കുന്നു.

ഭഗത്സിങ്ങിനെ കുട്ടികൾക്കു പരിചയപ്പെടുത്തിക്കൊടുക്കുകയാണ്, *കുട്ടികളുടെ ഭഗത്സിങ്* എന്ന ഈ പുസ്തകത്തിൽ ഗ്രന്ഥകാരനായ സന്തോഷ് പ്രിയൻ. അവർക്കു മനസ്സിലാവുന്നത്ര ലളിതമായി ഗ്രന്ഥകാരൻ തന്റെ ചുമതല നിറവേറ്റിയിട്ടുണ്ട്. കുട്ടികൾക്ക് നേരിട്ട് വായിക്കാനും ചെറിയ കുട്ടികളെ വായിച്ചു കേൾപ്പിക്കാനും ഈ ഗ്രന്ഥം ഉചിതമാണ്. *കുട്ടികളുടെ ഭഗത്സിങ്* വൻതോതിൽ സ്വീകരിക്കപ്പെടും എന്ന പ്രതീക്ഷയോടെ വായനാ സമൂഹത്തിനായി സമർപ്പിക്കുന്നു.

ചിന്ത പബ്ലിഷേഴ്സ്

ഒന്ന്

പഞ്ചാബ് –

അഞ്ച് നദികളുടെ നാട്.

ഏതൊക്കെയാണ് ആ നദികൾ എന്ന് കൂട്ടുകാർക്ക് അറിയാമോ? പറയാം. സത്‌ലജ്, ചിനാബ്, ബിയാസ്, ഝലം, രവി എന്നിവയാണ് ആ നദികൾ. ഈ അഞ്ച് നദികൾ ഇവിടെ ഒഴുകുന്നതുകൊണ്ടാണ് ആ നാടിന് പഞ്ചാബ് എന്ന പേര് വന്നതെന്ന് നമുക്കെല്ലാം അറിയാമല്ലോ. ഇന്ത്യയുടെ സ്വാതന്ത്ര്യത്തിനുവേണ്ടി പോരാടി, ഒടുവിൽ ബ്രിട്ടീഷുകാർ തൂക്കിക്കൊന്ന ഒരു ധീര വിപ്ലവകാരിയുടെ നാടാണിത്. ആ യോദ്ധാവിനെ നിങ്ങളിൽ കൂടുതൽ പേർക്കും അറിയാമായിരിക്കാം. അറിയാത്തവർക്കുവേണ്ടി പറയാം.

പഞ്ചാബിലെ ലായപ്പൂർ ജില്ലയിലെ ബൽഗ എന്ന കൊച്ചു ഗ്രാമം. ദേശാഭിമാനികളായ കർഷകരുടെ നാട്. ഗോതമ്പും ചോളവും നിറയെ വിളഞ്ഞു നില്ക്കുന്ന പാടങ്ങളുള്ള സുന്ദരമായ ഗ്രാമമായിരുന്നു അത്. ഗോതമ്പുപാടത്തിന് അധികം അകലെയല്ലാതെയാണ് കിഷൻസിങ്ങിന്റെ വീട്. ആരാണീ കിഷൻസിങ്ങെന്ന് അറിയേണ്ടേ. അതും പറയാം. സ്വാതന്ത്ര്യത്തിനു

വേണ്ടി ബ്രിട്ടീഷുകാരോട് സമരം ചെയ്യുന്ന അനേകരിൽ ഒരാൾ. വിപ്ലവകാരികളുടെ കുടുംബമായിരുന്നു കിഷൻസിങ്ങിന്റേത്. വിപ്ലവം എന്നുപറഞ്ഞാൽ നിങ്ങൾ കരുതുന്നതുപോലെയായിരുന്നില്ല അന്ന്. മനസ്സും ശരീരവും സ്വന്തം നാടിനുവേണ്ടി സമർപ്പിച്ചുള്ള പോരാട്ടം.

ഇന്ത്യൻ ജനത ബ്രിട്ടീഷുകാർക്കെതിരെ പോരാടുന്ന കാലം. "ബ്രിട്ടീഷ് ഭരണം തുലയട്ടെ.... സാമ്രാജ്യത്വം നശിക്കട്ടെ.... ഇൻക്വിലാബ് സിന്ദാബാദ്...." തുടങ്ങിയ സമരഗർജ്ജനങ്ങൾ എവിടെയും മുഴങ്ങുന്ന സമയം.

ഇതിനിടയിൽ ഒരു കാര്യം –

ഇൻക്വിലാബ് സിന്ദാബാദ് എന്നു കേൾക്കാത്തവർ ആരും തന്നെയുണ്ടാവില്ലല്ലോ. നിങ്ങളിൽ ചിലർ ഇത് നീട്ടി വിളിച്ചിട്ടുമുണ്ടാകും. നമുക്ക് ചുറ്റും എപ്പോഴും കേൾക്കുന്ന മുദ്രാവാക്യം. ഈ മുദ്രാവാക്യത്തിന്റെ അർത്ഥമെന്താണെന്ന് അറിയാമോ? – വിപ്ലവം ജയിക്കട്ടെ എന്നാണ്. അറബി ഭാഷയിൽ നിന്നാണ് ഈ പദങ്ങൾ ഉണ്ടായത്. പിന്നീട് പേർഷ്യൻ ഭാഷയിലെത്തി. അവിടെനിന്നും ഉറുദുവിലും പിന്നെ ഹിന്ദിയിലുമെത്തിയ ഈ മുദ്രാവാക്യം ഇന്ന് ലോകമെങ്ങും വ്യാപിച്ചുകഴിഞ്ഞു.

ഇന്ത്യയിൽ ആദ്യമായി ഈ മുദ്രാവാക്യം ഉയർത്തിയത് ആരാണെന്നോ? ബട്കേശ്വർദത്ത് എന്ന വിപ്ലവകാരിയും നമ്മുടെ കഥാനായകനും ചേർന്നായിരുന്നു. കഥാനായകൻ ആരാണ്? കഥാനായകൻ എന്നുപറഞ്ഞാൽ പോര, ചരിത്രനായകൻ. അതേക്കുറിച്ചാണ് പറഞ്ഞുവരുന്നത്. ഇൻക്വിലാബ് സിന്ദാബാദ് എന്ന മുദ്രാവാക്യം ഇവർ രണ്ടുപേരും ചേർന്ന് ആദ്യമായി വിളിച്ച സംഭവം വിശദമായി പിന്നാലെ പറയാം. നമുക്ക് ഇപ്പോൾ കിഷൻസിങ്ങിന്റെ വീട്ടിലേക്ക് വരാം.

ഒരുദിവസം കിഷൻസിങ്ങിന്റെ വീട്ടിൽ ഒരു സ്ത്രീയുടെ തേങ്ങൽ. ദുഃഖം താങ്ങാനാകാതെ അത് കരച്ചിലിലെത്തി. കിഷൻസിങ്ങിന്റെ സഹോദരൻ അജിത്സിങ് മണ്ഡാലയുടെ ഭാര്യയുടെ കരച്ചിലായിരുന്നു അത്. പുരുഷന്മാർ ആരും

അപ്പോൾ വീട്ടിലുണ്ടായിരുന്നില്ല. കിഷൻസിങ്ങിന്റെ ഭാര്യ വിദ്യാവതിയും മുത്തശ്ശിയും സ്ത്രീയെ സാന്ത്വനപ്പെടുത്താൻ ആവുന്നത്ര ശ്രമിച്ചെങ്കിലും കഴിഞ്ഞില്ല. അവർ വിതുമ്പിക്കൊണ്ടേയിരുന്നു. ആ സ്ത്രീയുടെ ഭർത്താവ് അജിത്സിങ്ങിനെ ബ്രിട്ടീഷുകാർ പിടികൂടി ജയിലിലടച്ചതറിഞ്ഞാണ് ആ സ്ത്രീ ഹൃദയവേദനയോടെ കരയുന്നത്. ഇതെല്ലാം കണ്ടുകൊണ്ട് വീടിന്റെ മുറ്റത്ത് ഒരു ബാലൻ നില്പുണ്ടായിരുന്നു. കിഷൻസിങ്ങിന്റെയും വിദ്യാവതിയുടെയും മൂന്നാമത്തെ മകൻ. തന്റെ പിതൃസഹോദരന്റെ ഭാര്യയുടെ ദുഃഖം നാലുവയസ്സുകാരനായ അവനിൽ നീറിത്തുടങ്ങി. ആ കുട്ടി ഓടിവന്ന് ഇളയച്ഛന്റെ ഭാര്യയുടെ

കണ്ണുനീർ തുടച്ചുകൊണ്ടു പറഞ്ഞു.

"ഇളയമ്മ കരയണ്ട. ഇളയച്ഛന് ഒന്നും സംഭവിക്കില്ല. ഞാൻ വളർന്നു വലുതാകട്ടെ. ഈ ബ്രിട്ടീഷുകാരെ എന്റെ രാജ്യത്തു നിന്നും ഓടിക്കും. എന്നിട്ട് ഇളയച്ഛനെ ജയിലിൽനിന്നും ഇറക്കിക്കൊണ്ടുവരും. തീർച്ച, സമാധാനമായിരിക്കൂ." അവൻ ആ സ്ത്രീയെ സാന്ത്വനിപ്പിച്ചു. അതു പറയുമ്പോൾ അസാധാരണ ഭാവമായിരുന്നു ആ ബാലന്റെ മുഖത്ത് പ്രകടമായത്. അത് അമ്മ വിദ്യാവതിയും ഇളയമ്മയും ശ്രദ്ധിക്കാതിരുന്നതുമില്ല.

"ആട്ടെ, നീ എങ്ങനെയാണ് ബ്രിട്ടീഷുകാരെ ഓടിക്കുന്നത്?" അത്താഴത്തിന് ചപ്പാത്തി തയ്യാറാക്കിക്കൊണ്ടിരുന്ന വിദ്യാവതി ചോദിച്ചു.

"അതോ, ഞാൻ ചെടി നടുന്നതുപോലെ പാടത്തിനടുത്ത് തോക്കുകൾ നട്ടിട്ടുണ്ട്. അവ വളർന്ന് ധാരാളമാകുമ്പോൾ ഞാൻ ബ്രിട്ടീഷുകാർക്കെതിരെ പോരാടും."

"ഹ... ഹ... നീ നട്ടതു തോക്കുകളല്ലല്ലോ, വെറും വൈക്കോൽ കഷണങ്ങളല്ലേ. പിന്നെങ്ങനെയാ അവ തോക്കുകളാകുന്നത്?"

"അമ്മേ, അത് വളരുമ്പോൾ പത്തിരട്ടി തോക്കുകളായി മാറും. അതുകൊണ്ടു ഞാൻ എന്റെ രാജ്യത്തെ രക്ഷിക്കും. ഈ അമ്മയ്ക്കൊന്നുമറിഞ്ഞുകൂടാ. എന്റെ അച്ഛനേയും ഇളയച്ഛന്മാരേയും എന്റെ നാട്ടുകാരെയും ജയിലിൽ കൊണ്ടുപോയി തോക്കിനിടിച്ചും തല്ലിയും വേദനിപ്പിച്ച് പൊട്ടിച്ചിരിക്കുന്ന ബ്രിട്ടീഷുകാർക്കെതിരെ മരിക്കുന്നതുവരെ ഞാൻ യുദ്ധം ചെയ്യും. ഇതു വെറുതെ പറയുന്നതല്ലമ്മേ.... സത്യം...."

ആ ബാലന്റെ പ്രായത്തിൽ കവിഞ്ഞ വികാരവായ്പോടെയുള്ള വാക്കുകൾ കേട്ട് എല്ലാവരും അതിശയിച്ചു പോയി. ഒരു ദൃഢപ്രതിജ്ഞ എടുത്തപോലെ ധീരമായി മുറിവിട്ട് ആ നാലു വയസ്സുകാരൻ പുറത്തേക്കിറങ്ങിപ്പോയി. അതുകണ്ട് വിദ്യാവതിയും മുത്തശ്ശിയും ഇളയമ്മയും മൂക്കിൽ വിരൽ വച്ചുനിന്നു.

ഇന്ത്യൻ സ്വാതന്ത്ര്യത്തിനുവേണ്ടി പിന്നീട് ജീവൻ ബലി

യർപ്പിച്ച വിപ്ലവകാരികളിൽ പ്രമുഖനായ ഭഗത്സിങ്ങായിരുന്നു ആ ബാലൻ. ബ്രിട്ടീഷുകാർ തൂക്കിക്കൊന്ന ധീരനായ വിപ്ലവകാരി ഭഗത്സിങ്.

1907 സെപ്തംബർ 28 നാണ് ഭഗത്സിങ് ജനിച്ചത്. ഈ സമയം പിതാവ് കിഷൻസിങ്ങും സഹോദരന്മാരും ബ്രിട്ടീഷ് പട്ടാളത്തിന്റെ ജയിലുകളിലായിരുന്നു.

വിദ്യാവതി കുഞ്ഞിനു ജന്മം നല്കിയപ്പോൾ തന്റെ ഭർത്താവും ബന്ധുക്കളും അടുത്തില്ലാതെ പോയതിൽ ആ സ്ത്രീ ഒരുപാട് ദുഃഖിച്ചു. അവർ അടുത്തുണ്ടായിരുന്നുവെങ്കിൽ എന്നവർ ആഗ്രഹിച്ചു. എന്നാൽ ഭഗത്സിങ് ഭാഗ്യമുള്ളവനായിരുന്നു. ആ ദിവസം കിഷൻസിങ്ങിനേയും സഹോദരൻ സ്വരൺസിങ്ങിനേയും ജയിലിൽനിന്നും വിട്ടയച്ചു. അന്ന് ആ വീട്ടിൽ ഉത്സവമായിരുന്നു. കിഷൻസിങ്ങും സ്വരൺസിങ്ങും കുഞ്ഞിനെ വാരിയെടുത്ത് ഉമ്മവച്ചു. അയൽ വീടുകളിലെ സ്ത്രീകൾ കുഞ്ഞിനു ചുറ്റും ആനന്ദനൃത്തം വച്ചു. എല്ലാവരും ഒത്തുകൂടിയ സുന്ദരനിമിഷങ്ങളായിരുന്നു അത്.

“ഭാഗ്യം വീട്ടിൽ കയറി വന്ന ദിവസം.” കിഷൻസിങ് പറഞ്ഞു.

“അതെയതെ, ഒരുപാടു നാളുകൾക്കുള്ളിൽ നമ്മൾ ഹൃദയം തുറന്ന് ആനന്ദിച്ച ദിവസമാണിന്ന്. പാട്ടും നൃത്തവും തുടർന്നാലും....” സ്വരൺസിങ് അഭ്യർത്ഥിച്ചു.

“ഈ ഭാഗ്യദിവസം മറക്കാതിരിക്കാൻ നമുക്കൊരു കാര്യം ചെയ്യാം.” കിഷൻസിങ് പറഞ്ഞതുകേട്ട് വിദ്യാവതി ചോദിച്ചു.

“എന്താണത്?”

“നമ്മുടെ കുഞ്ഞിന് ഭാഗ്യം എന്ന് പേരിടാം.”

എല്ലാവർക്കും അത് സമ്മതമായി.

അങ്ങനെ ഭാഗ്യം എന്ന് അർത്ഥം വരുന്ന ഭഗത് എന്ന് അവർ കുഞ്ഞിന് പേരിട്ടു.

അങ്ങനെ സ്വാതന്ത്ര്യത്തിനുവേണ്ടിയുള്ള പോരാട്ടങ്ങളും അടിച്ചമർത്തലുകളും കണ്ട് ഭഗത്സിങ് വളർന്നു. ബൽഗ ഗ്രാമ

ത്തിലെ സ്കൂളിലായിരുന്നു ഭഗതിനെ ചേർത്തത്. എല്ലാ കാര്യത്തിലും സമർത്ഥനായിരുന്നു ഭഗത്. ആരേയും ആകർഷിക്കുന്ന പെരുമാറ്റവും നല്ല വ്യക്തിത്വവും കുട്ടിക്കാലത്തുതന്നെ അവനിലുണ്ടായിരുന്നു. തന്റേടവും ചുറുചുറുക്കും രാജ്യസ്നേഹവും ദിവസങ്ങൾ കഴിയുന്തോറും ആ ബാലനിൽ വർദ്ധിച്ചുവന്നത് അദ്ധ്യാപകരെ അതിശയിപ്പിച്ചുകൊണ്ടേയിരുന്നു. മറ്റു കുട്ടികൾക്കെല്ലാം ഭഗതിനെ വലിയ കാര്യമായിരുന്നു. അവർണ്ണനെന്നോ സവർണ്ണനെന്നോ വ്യത്യാസമില്ലാതെ എല്ലാ കുട്ടികളേയും ഭഗത് സ്നേഹിച്ചിരുന്നു. ബ്രിട്ടീഷുകാർ ഇന്ത്യക്കാരോട് കാട്ടുന്ന ക്രൂരതകളെപ്പറ്റി അച്ഛൻ പറഞ്ഞുകൊടുത്ത കാര്യങ്ങളെല്ലാം ഭഗത് കൂട്ടുകാരോട് പറയുമായിരുന്നു.

ഒരുദിവസം ഉച്ചയ്ക്ക് സ്കൂളിൽ ക്ലാസു കഴിഞ്ഞപ്പോൾ ഒരു കുട്ടി വരാന്തയിൽ ഒറ്റയ്ക്കിരുന്ന് കരയുന്നത് ഭഗത് കണ്ടു. മറ്റു കുട്ടികൾ അപ്പോൾ ഉച്ചഭക്ഷണം കഴിഞ്ഞ് സ്കൂൾ ഗ്രൗണ്ടിൽ കളിക്കുകയായിരുന്നു. ഭഗത് ആ കുട്ടിയുടെ അടുത്തേക്കു ചെന്നു. എന്നിട്ട് അവന്റെ തോളിൽ തട്ടി ചോദിച്ചു.

"എന്താ കുട്ടി, എന്തിനാ കരയുന്നത്?"

കുട്ടി തേങ്ങിക്കരഞ്ഞുകൊണ്ട് ഭഗതിനെ നോക്കി പറഞ്ഞു.

"എന്റെ ഭക്ഷണപ്പൊതി ആരോ മോഷ്ടിച്ചു. എനിക്കു വിശന്നിട്ടു വയ്യ." അവൻ വീണ്ടും കരയാൻ തുടങ്ങി.

"അത്രേയുള്ളോ, നീ വിഷമിക്കേണ്ട. ഭക്ഷണം ഞാൻ തന്നാൽ പോരേ? ആട്ടെ എന്താ കൂട്ടുകാരന്റെ പേര്?"

"എന്റെ പേര് കനകലാൽ."

"ഭക്ഷണപ്പൊതി പോയ വിവരം അദ്ധ്യാപകനോടു പറയാതെ കരയുകയാണോ വേണ്ടത്?"

"എന്റെ അമ്മ അയൽ വീടുകളിൽ പണിയെടുത്താണ് എന്നെ വളർത്തുന്നത്. രാവിലെ ഒന്നും കഴിച്ചില്ലായിരുന്നു."

"അതെന്താ രാവിലെ ആഹാരമൊന്നും കഴിക്കാഞ്ഞേ?"

"കഴിക്കാൻ ഒന്നുമില്ലായിരുന്നു. മിക്ക ദിവസവും വീട്ടിൽ പട്ടിണിയാ. അച്ഛൻ രോഗംവന്ന് മരിച്ചതിനുശേഷം അമ്മ എന്നെ

വളരെ കഷ്ടപ്പെട്ടാ വളർത്തുന്നെ."

കനകലാലിന്റെ അവസ്ഥയോർത്ത് ഭഗതിന് ദുഃഖം തോന്നി.

"ഉം, ഇതാ ഈ ഭക്ഷണപ്പൊതി പിടിക്കൂ." ഭഗത് തന്റെ ഭക്ഷണം കനകലാലിനു നേരെ നീട്ടിയിട്ടു പറഞ്ഞു.

"അപ്പോൾ ഭഗതിന് കഴിക്കാൻ എന്തു ചെയ്യും?" കനകലാൽ ചോദിച്ചു.

"ഹ... ഹ... അതു സാരമില്ല കനകലാൽ. ഈ ഭക്ഷണം വാങ്ങി കഴിക്കൂ." ഭഗത് നിർബ്ബന്ധിച്ചപ്പോൾ ആ കുട്ടി പൊതി വാങ്ങി ആർത്തിയോടെ കഴിച്ചു. അതു കണ്ടപ്പോൾ ഭഗതിന് എന്തെന്നില്ലാത്ത സന്തോഷം തോന്നി. ഒപ്പം ദയയും.

രണ്ട്

അടുത്തദിവസം മുതൽ ഭഗത് വീട്ടിൽനിന്നും സ്കൂളിലേക്ക് വരുമ്പോൾ രണ്ടു പൊതി കരുതും. ഒന്ന് കനകലാലിനു വേണ്ടിയായിരുന്നു. അവൻ അമ്മയോട് കനകലാലിന്റെ അവസ്ഥയെക്കുറിച്ചെല്ലാം പറഞ്ഞു. ഇല്ലാത്തവനെയും കഷ്ടപ്പെടുന്നവനെയും സഹായിക്കാൻ ആ അമ്മ മകനെ ഉപദേശിക്കുമായിരുന്നു. അത് അക്ഷരംപ്രതി പാലിക്കാനും ഭഗത് മറന്നില്ല.

സ്കൂളിൽ ഭക്ഷണപ്പൊതി മോഷണം പോയ കാര്യം ഭഗത് തന്നെ അദ്ധ്യാപകരോടു പറഞ്ഞു. ആരായാലും മോഷ്ടിക്കുന്നത് നല്ലതല്ലല്ലോ. മോഷ്ടിച്ച ആളിനെ കണ്ടുപിടിക്കുക തന്നെ. ഭഗതിന് വാശിയായി. അദ്ധ്യാപകർ എല്ലാ കുട്ടികളോടും അന്വേഷിച്ചു. ആരും കുറ്റം സമ്മതിച്ചില്ല. ഭഗത് ഓരോ കുട്ടികളേയും പ്രത്യേകം വിളിച്ചു ചോദിച്ചു. പക്ഷേ, ആരും ഏറ്റില്ല.

"കൂട്ടുകാരേ, മോഷ്ടിക്കുന്നത് പാപമാണ്. അതും ഒരാളുടെ ഭക്ഷണം. ഒരാളുടെ ഭക്ഷണം മോഷ്ടിച്ച് നമ്മൾ കഴിച്ചാൽ വിശന്നിരിക്കുന്ന ഭക്ഷണപ്പൊതിയുടെ ഉടമസ്ഥന്റെ കാര്യം നിങ്ങൾ ഒന്നാലോചിച്ചു നോക്കൂ. എത്ര കഷ്ടമാണിത്. ഇനി ഇതാരും ദയവായി ആവർത്തിക്കരുത്. നല്ല കുട്ടികളായി ജീവിക്കണം. എങ്കിലേ നന്മയുണ്ടാകൂ."

ഭഗതിന്റെ ഉപദേശം എല്ലാവരേയും ചിന്തിപ്പിച്ചു. എല്ലാ കുട്ടികളും പിരിഞ്ഞുപോയപ്പോൾ ഒരാൾ മാത്രം തല കുമ്പിട്ടു നില്ക്കുന്നത് ഭഗത് കണ്ടു. ഭഗത് ആ കുട്ടിയുടെ അടുത്തേക്കു വന്നു. അമർസിങ് എന്നായിരുന്നു അവന്റെ പേര്.

അമർസിങ് പൊട്ടിക്കരഞ്ഞുകൊണ്ട് ഭഗതിന്റെ ചുമലിൽ തല ചായ്ച്ചു പറഞ്ഞു.

"എന്നോടു ക്ഷമിക്കണം കൂട്ടുകാരാ, ഞാനാ കനകലാലിന്റെ ഭക്ഷണം മോഷ്ടിച്ചത്."

"സാരമില്ല അമർ. നീ ഒടുവിൽ കുറ്റം സമ്മതിച്ചല്ലോ. ഇനി ഇതാവർത്തിക്കാതിരുന്നാൽ മതി." ഭഗത്സിങ് പറഞ്ഞു.

"ആട്ടെ, അമർ എന്തിനാ ഭക്ഷണം മോഷ്ടിച്ചത്? പാവം കനകലാൽ രാവിലെ ഒന്നും കഴിക്കാതെയാണ് സ്കൂളിൽ വന്നത്."

അതുകേട്ടപ്പോൾ അമർസിങ് കണ്ണുതുടച്ചുകൊണ്ട് പറഞ്ഞു.

"ഭഗത്... ഞാൻ ഭക്ഷണം കഴിച്ചിട്ട് ഒരുദിവസമായി. വിശപ്പു സഹിക്കാതെ വന്നപ്പോഴാണ് ആരുടേതെന്നറിയാതെ ഭക്ഷണം എടുത്ത് ഞാൻ കഴിച്ചത്. എന്നോടു ക്ഷമിക്കൂ. ഞാൻ ഇനി ആരുടെയും വക മോഷ്ടിക്കില്ല സത്യം."

അമർസിങ്ങിന്റെ സങ്കടം നിറഞ്ഞവാക്കുകൾ കേട്ടപ്പോൾ ഭഗതിന് വല്ലാത്ത ദുഃഖം തോന്നി. ദാരിദ്ര്യം മൂലം കഷ്ടപ്പെടുന്നവർ എത്ര പേരാണ്. പാവം അമർസിങ് – അവൻ വിശപ്പു സഹിക്കാതെ ചെയ്തു പോയതാണ്.

"അമറിന്റെ വീട്ടിൽ ആരൊക്കെയുണ്ട്?" ഭഗത് ചോദിച്ചു.

"ഞാനും അമ്മയും അനുജനും മാത്രം."

"അച്ഛനോ?"

"അച്ഛൻ ബ്രിട്ടീഷുകാർക്കെതിരെ നടന്ന സമരത്തിൽ പങ്കെടുത്തതിന് പട്ടാളക്കാർ പിടിച്ചുകൊണ്ടുപോയി. ഇടയ്ക്ക് ജയിൽ ചാടിയ അച്ഛനെ അവർ വീണ്ടും പിടികൂടി ക്രൂരമായി മർദ്ദിച്ചു. പിന്നെ അച്ഛനെക്കുറിച്ച് യാതൊരു വിവരവുമില്ല. ബ്രിട്ടീഷുകാരെ പേടിച്ച് നാടുവിട്ടതാകാമെന്നാ കരുതുന്നത്." ദുഃഖം കടിച്ചമർത്തി അമർസിങ് പറഞ്ഞു.

"ഹും, ബ്രിട്ടീഷ് പട്ടാളത്തിന്റെ ക്രൂരതകൾ കൂടുതൽ നാൾ ഉണ്ടാവില്ല." ഭഗത് പകയോടെ അതു പറയുമ്പോൾ അറിയാതെ ആ ബാലൻ മുഷ്ടി ചുരുട്ടുന്നത് അമർ കണ്ടു.

"ശരി, അമർ പൊയ്ക്കോളൂ... തല്ക്കാലം മോഷണ വിവരം ആരോടും ഞാൻ പറയില്ല. ഇനി ആവർത്തിക്കാതിരുന്നാൽ മതി." ഭഗത് അമറിനെ സാന്ത്വനിപ്പിച്ചു.

അടുത്തദിവസം മുതൽ സ്കൂളിൽ പോകാൻ നേരം ഭഗത് അമ്മയോട് മൂന്നു ഭക്ഷണപ്പൊതികൾ ആവശ്യപ്പെട്ടു. മൂന്നാമത്തേത് മറ്റാർക്കുമായിരുന്നില്ല, അമർസിങ്ങിനായിരുന്നു. അമ്മ വിദ്യാവതി ഒരു മടിയും കൂടാതെ അന്നുമുതൽ മൂന്നു പൊതികൾ മകന്റെ കൈയിൽ കൊടുത്തയച്ചു.

കാര്യങ്ങളറിഞ്ഞപ്പോൾ കനകലാലിന്റെയും അമർസിങ്ങിന്റെയും അമ്മമാർക്ക് ഭഗതിനോട് സ്നേഹം തോന്നി. പഠനത്തിൽ പിന്നോക്കം നില്ക്കുന്ന കുട്ടികളെ ഭഗത് നന്നായി സഹായിച്ചിരുന്നു. സമയം കിട്ടുമ്പോഴെല്ലാം അവൻ കൂട്ടുകാർക്ക് പഠന സംബന്ധമായ സംശയങ്ങൾക്ക് ഉത്തരം നല്കി. അന്യരെ സഹായിക്കുന്നതിലും ആ ബാലൻ പ്രത്യേക താല്പര്യം കാട്ടിയിരുന്നു. ഭഗതിന്റെ സത്യസന്ധതയും ധീരതയും ദേശഭക്തിയും എല്ലാവരേയും ചിന്തിപ്പിക്കുന്നതായിരുന്നു. ഇതുകൊണ്ടുതന്നെ ഭഗതിന് ധാരാളം സുഹൃത്തുക്കളേയും കിട്ടിയിരുന്നു.

ഒരുദിവസം സ്കൂളിലേക്കു വരുമ്പോൾ ഗോതമ്പു വയലിനടുത്തുള്ള കുളത്തിൽ കുറേപേർ കൂടി നില്ക്കുന്നത് ഭഗത് കണ്ടു. കാര്യം എന്താണെന്ന് അറിയാൻ അവൻ അവിടേക്കു ചെന്നു.

"ഭഗത്, നമ്മുടെ സ്കൂളിലെ ഒരു കുട്ടി കുളത്തിൽ വീണു. അവൻ മുങ്ങിത്താണുകൊണ്ടിരിക്കുകയാ, എന്തെങ്കിലും ചെയ്തില്ലെങ്കിൽ ആകെ കുഴപ്പമാകും." ഒരു കുട്ടി ഓടിക്കിതച്ചുകൊണ്ട് ഭഗതിനോടു പറഞ്ഞു.

ഭഗത് നോക്കിയപ്പോൾ എല്ലാവരും കുളക്കരയിൽ കാഴ്ചക്കാരായി നില്ക്കുകയാണ്. ഒന്നു രണ്ട് മുതിർന്ന ആളുകളും കുളക്കരയിൽ നോക്കി നില്പാണ്. കരയ്ക്കുനിന്ന് ചിലർ കയർ ഇട്ടു കൊടുത്തെങ്കിലും അതിൽ പിടിച്ചുകയറാൻ ആ കുട്ടിക്കാ

യില്ല. ഇടയ്ക്ക് കൈകാലുകളിട്ടടിച്ച് പൊങ്ങിവരും. പിന്നെ വെള്ളത്തിനടിയിലേക്ക് മുങ്ങിത്താഴും. അവൻ മരണവെപ്രാള ത്തോടെ താഴുന്നതും പൊങ്ങുന്നതും അധികസമയം ഭഗതിന് നോക്കിനില്ക്കാനായില്ല. അവൻ പിന്നൊന്നും ആലോചി ക്കാതെ കുളത്തിലേക്കെടുത്തു ചാടി. വെള്ളത്തിലേക്കു ചാടി യതും ഭഗത് മുങ്ങിത്താണു. കുറേ നേരത്തേക്ക് ഒരനക്കവു മില്ല. കുമിളകൾ മാത്രം ഉയർന്നുവന്നു. കുളത്തിനു ചുറ്റും നിന്ന വരുടെ മുഖത്ത് മ്ലാനത പരക്കാൻ തുടങ്ങി.

ഭഗതിന് എന്തുപറ്റി?

രണ്ടുപേരെയും കാണുന്നില്ലല്ലോ. എല്ലാവരും അക്ഷമരായി. അടുത്ത നിമിഷം ബ്ളും... എന്ന് ഭഗത് കുട്ടിയേയുംകൊണ്ട് പൊങ്ങിവന്നു. കുട്ടിയെ ചുമലിൽ കിടത്തി ഭഗത് കരയ്ക്കെ ത്തിയപ്പോഴാണ് എല്ലാവർക്കും ആശ്വാസമായത്. ധനേന്ദ്രൻ യശ്പാൽ എന്നായിരുന്നു കുളത്തിൽ വീണുപോയ കുട്ടിയുടെ പേര്. എല്ലാവരും ചേർന്ന് ധനേന്ദ്രറിനെ ശുശ്രൂഷിച്ചു. വയറ്റിൽ പതുക്കെ അമർത്തി കുടിച്ച വെള്ളം പുറത്തേക്കൊഴുക്കി. കുറച്ചു കഴിഞ്ഞപ്പോൾ അവൻ കണ്ണുകൾ തുറന്നു. അതുകണ്ട്

എല്ലാവർക്കും സന്തോഷമായി. ഭഗതിന്റെ ധീരതയെ അവർ പുകഴ്ത്തി.

"ഒരാൾ വെള്ളത്തിൽ മുങ്ങിത്താഴുമ്പോൾ നോക്കി നിന്നത് ശരിയായില്ല കൂട്ടുകാരേ." ഭഗത് അവരോടു പറഞ്ഞു.

"ഞങ്ങൾ കരയ്ക്കുനിന്നു രക്ഷിക്കാൻ ശ്രമിച്ചതാ ഭഗത്. പക്ഷേ, വിജയിച്ചില്ല. വെള്ളത്തിലേക്കു ചാടാൻ ഞങ്ങൾക്കു ധൈര്യം പോരായിരുന്നു."

"അതു പോര, വിജയിക്കാതിരുന്നപ്പോൾ അടുത്തശ്രമം നടത്താമായിരുന്നല്ലോ. സാരമില്ല. ഏതായാലും ധനേന്ദ്രൻ യശ്പാലിന് ഒന്നും സംഭവിച്ചില്ലല്ലോ."

ഭഗത് ചിരിച്ചുകൊണ്ടു പറഞ്ഞു.

ഭഗതിന്റെ വാക്കുകൾ കേട്ടപ്പോൾ അവർക്കു കുറ്റബോധം തോന്നി. എങ്കിലും ഭഗത് അവരെ സമാധാനിപ്പിച്ചു.

സ്കൂളിലെത്തിയപ്പോൾ അദ്ധ്യാപകർ ഈ വിവരം അറിഞ്ഞിരുന്നു. ഭഗതിന്റെ ധീരതയെ അദ്ധ്യാപകരും പ്രശംസിച്ചു.

മൂന്ന്

ഒരു ദിവസം ഭഗതിന്റെ ഇളയച്ഛന്മാരിൽ ഒരാളായ സ്വരൺ സിങ് ജയിലിൽ കിടന്നു മരിച്ചു. ബ്രിട്ടീഷുകാരുടെ കൊടിയ മർദ്ദനത്തെ തുടർന്ന് ചോര തുപ്പിയാണ് സ്വരൺസിങ് മരിച്ചു വീണത്. ഈ വിവരമറിഞ്ഞപ്പോൾ ഭഗത്സിങ്ങിന്റെ വീട്ടിൽ ആകെ കരച്ചിലും ബഹളവുമായി. അമ്മയും മുത്തശ്ശിയും ഇളയമ്മമാരും പൊട്ടിക്കരയുന്നത് അവന് അധികസമയം നോക്കി നില്ക്കാനായില്ല. വെള്ളക്കാരനെതിരെ ആ ബാലന്റെ ചോര തിളച്ചു. അപ്പോഴതാ മറ്റൊരു ദുഃഖവാർത്തയും ആ കുടുംബത്തിലെത്തി. ഭഗത്സിങ്ങിന്റെ അച്ഛൻ കിഷൻസിങ്ങിന്റെ സഹോദരൻ അജിത്സിങ് നാടുവിട്ടിരിക്കുന്നു. ജയിൽചാടി ഒളിവിലായിരുന്ന അദ്ദേഹത്തെത്തേടി ബ്രിട്ടീഷ് പട്ടാളം നാടു മുഴുവൻ അരിച്ചു പെറുക്കിയെങ്കിലും കണ്ടെത്തിയിരുന്നില്ല. അന്വേഷണം വെള്ളപ്പട്ടാളം ശക്തിപ്പെടുത്തിയതറിഞ്ഞാണ് അജിത്സിങ് നാടുവിട്ടത്. തന്റെ ഇളയച്ഛൻ സ്വരൺസിങ് വെള്ളക്കാരന്റെ മർദ്ദനമേറ്റ് ഒടുവിൽ ഇരുണ്ട ജയിലറയിൽ രക്തം ഛർദ്ദിച്ച് മരിച്ച സംഭവം ഭഗതിന്റെ മനസ്സിൽ പ്രതികാരത്തിന്റെ അഗ്നിപടരാൻ ഇടയാക്കി. സായിപ്പന്മാരോടുള്ള അവന്റെ അമർഷം പതിന്മടങ്ങ് വർദ്ധിച്ചു.

ഭഗതിന്റെ പിതാവ് കിഷൻസിങ്ങിനെ ബ്രിട്ടീഷുകാർ ഇടയ്ക്കിടയ്ക്ക് വീട്ടിൽനിന്നും പിടിച്ചുകൊണ്ടുപോകുമായിരുന്നു. പലദിവസങ്ങളിലും സ്കൂളിൽ പോകുമ്പോൾ മുഖത്ത് അച്ഛന്റെ മുത്തം ഏറ്റുവാങ്ങാറുള്ള ഭഗത് തിരിച്ചുവരുമ്പോൾ അച്ഛനെ ബ്രിട്ടീഷുകാർ പിടിച്ചു കൊണ്ടുപോയി എന്ന വാർത്തയായിരിക്കും കേൾക്കേണ്ടി വരിക. ഒപ്പം കണ്ണീർ വാർക്കുന്ന അമ്മയെ കാണേണ്ടിയും വരും.

അച്ഛനും ഇളയച്ഛന്മാരും ജയിലിൽ കഴിയുമ്പോൾ ഭഗത് സിങ്ങിന്റെ കാര്യങ്ങളെല്ലാം നോക്കിയിരുന്നത് അമ്മ വിദ്യാവതിയാണ്. വെള്ളക്കാരന്റെ ക്രൂരതകളെക്കുറിച്ച് വിദ്യാവതി ബാലനായ ഭഗതിന് പറഞ്ഞുകൊടുക്കുമായിരുന്നു. സന്ധ്യാനേരം വീടിനു സമീപത്തെ ഗോതമ്പു വയലിൽ ഉദിച്ചുയരുന്ന ചന്ദ്രനെ നോക്കി അമ്മയുടെ മടിയിലിരുന്ന് ഭഗത് എല്ലാം ശ്രദ്ധയോടെ കേൾക്കും. മാതൃരാജ്യത്തിനുവേണ്ടി ബ്രിട്ടീഷുകാർക്കെതിരെ പോരാടാൻ അച്ഛനും അപ്പൂപ്പന്മാർക്കും നാട്ടുകാർക്കുമൊപ്പം ഇറങ്ങിത്തിരിക്കാൻ ആ കൊച്ചു മനസ്സ് വല്ലാതെ വെമ്പി. ബ്രിട്ടീഷ് പട്ടാളത്തിന്റെ മർദ്ദനമുറകളുടെ ആക്കം വർദ്ധിക്കുന്നതിനനുസരിച്ച് ജനങ്ങളുടെ രോഷവും വീര്യവും കൂടുതൽ ശക്തിയാർജ്ജിച്ച് ആളിപ്പടരാൻ തുടങ്ങി. സ്വന്തം ജീവൻ വെടിയുന്നതിനുൾപ്പെടെ എന്തു ത്യാഗവും കഷ്ടപ്പാടും സഹിക്കാൻ പതിനായിരക്കണക്കിന് ആളുകൾ പ്രക്ഷോഭത്തിനിറങ്ങി. കുട്ടിയായിരുന്നുവെങ്കിലും ഇന്ത്യയൊട്ടാകെ ശക്തിപ്പെട്ടുവരുന്ന സമരം ഭഗതിനേയും വല്ലാതെ ആകർഷിച്ചു. പുസ്തക വായനയിലും ഭഗതിന് ഏറെ താല്പര്യമായിരുന്നു. അച്ഛനും ഇളയച്ഛന്മാരും ജയിൽ ചാടി വരുമ്പോൾ ഭഗതിന് ഇഷ്ടമുള്ള പുസ്തകങ്ങളാവും നല്കാറ്. അക്കാലത്ത് ബ്രിട്ടീഷുകാർക്കെതിരെ ചില പ്രസിദ്ധീകരണങ്ങൾ ഇറങ്ങിയിരുന്നു. കിഷൻസിങ് ഇവയും ഭഗതിന് സമ്മാനിക്കുമായിരുന്നു.

ദേശീയ സ്വാതന്ത്ര്യത്തിനുവേണ്ടി നാടെങ്ങും നടക്കുന്ന പോരാട്ടങ്ങളെക്കുറിച്ച് കൂടുതൽ അറിയാൻ ഭഗതിനെ ഇത് സഹായിച്ചു. ഇന്ത്യയിലെ ആദ്യത്തെ സായുധ വിപ്ലവത്തിന്

നേതൃത്വം നല്കിയ താന്തിയാത്തോപ്പിയെപ്പോലുള്ള വീരസാഹസികരുടെ ജീവിതം ഭഗതിനെ ആവേശത്തിലാക്കി.

പ്രാഥമിക വിദ്യാഭ്യാസത്തിനുശേഷം ഭഗത് ലാഹോറിലെ ഡി എ വി ഹൈസ്കൂളിൽ ചേർന്നു. ദേശസ്നേഹവും പഠനത്തിലുള്ള സാമർത്ഥ്യവും അവിടെയും തുടർന്നു. ഈ സമയം അഞ്ചു ഭാഷകൾ ഭഗത് പഠിച്ചു. പഞ്ചാബി, ഹിന്ദി, ഇംഗ്ലീഷ്, സംസ്കൃതം, ഉറുദു ഈ ഭാഷകളിൽ പരിജ്ഞാനം നേടി.

സ്വാതന്ത്ര്യസമര ചരിത്രത്തിലെ അതിക്രൂരവും പൈശാചികവുമായ ജാലിയൻ വാലാബാഗ് കൂട്ടക്കൊല നടക്കുന്നത് ഭഗത് എട്ടാം ക്ലാസിൽ പഠിക്കുമ്പോഴാണ്. അന്ന് പന്ത്രണ്ട് വയസ്സാണ് ഭഗതിന്. 1919 ഏപ്രിൽ 13. അമൃത്സറിലെ ജാലിയൻ വാലാബാഗ്; വൻ മതിലിനാൽ ചുറ്റപ്പെട്ട മൈതാനം. ബ്രിട്ടീഷുകാർക്കെതിരെ ആയിരക്കണക്കിന് ആളുകൾ ചേർന്ന പൊതുയോഗം. സ്ത്രീകളും കുട്ടികളും വൃദ്ധന്മാരും അടക്കം വെള്ളക്കാരന്റെ ക്രൂരതകൾക്കെതിരെ ആവേശഭരിതരായി അവിടെ കൂടിയിരുന്നു. ബ്രിട്ടീഷ് പട്ടാളം ഇത് കണ്ട് നോക്കിയിരുന്നില്ല. അവർ മൈതാനത്തേക്കുള്ള ഏക കവാടം പുറ

ത്തുനിന്നും പൂട്ടി. പിന്നെ യാതൊരു മുന്നറിയിപ്പുമില്ലാതെ വെള്ളക്കാരന്റെ പൊലീസ് ജനക്കൂട്ടത്തിനു നേരെ വെടിവയ്ക്കുകയായിരുന്നു. പീരങ്കിവർഷം... അതിൽപ്പെട്ട് ആയിരങ്ങൾ മരിച്ചുവീണു. അമ്മമാർ കൈക്കുഞ്ഞുങ്ങളുമായി എങ്ങോട്ടെന്നില്ലാതെ ഓടി. കുഞ്ഞുങ്ങളുടെയും സ്ത്രീകളുടെയും മരണവേദനയോടെയുള്ള നിലവിളി വെടിയൊച്ചകളിലും മുഴങ്ങിനിന്നു. രക്ഷപ്പെടാൻ പുറത്തേക്കുള്ള വാതിലിനു വേണ്ടി ജനം പരതി. കാലിലും കൈകളിലും വെടിയേറ്റവർ മണ്ണിൽക്കിടന്ന് ഇഴഞ്ഞു. ചിലർ പിടഞ്ഞു പിടഞ്ഞു നിശ്ചലരായി. താഴെ വീണവരുടെ മുകളിൽ ചവിട്ടി ജനക്കൂട്ടം ചിന്നിച്ചിതറിയ നിമിഷങ്ങൾ. കൂട്ടക്കരച്ചിലും തേങ്ങലുകളും എവിടെയും. ഒപ്പം വെള്ളക്കാരന്റെ അട്ടഹാസങ്ങളും. ആയിരങ്ങളെ കൊന്നൊടുക്കിയ സന്തോഷത്തോടെ വെള്ളപ്പട്ടാളം അവിടെനിന്നും മടങ്ങി.

ഭഗതിനെ ഈ കൂട്ടക്കുരുതി വല്ലാതെ വേദനിപ്പിച്ചു. പന്ത്രണ്ട് വയസ്സുകാരനായ ഭഗതിന് ആ ബ്രിട്ടീഷ് കാപാലികന്മാർക്കെതിരെ ഒടുങ്ങാത്ത പക തോന്നി.

പിറ്റേദിവസം രാവിലെ സ്കൂളിൽ പോകാൻ ഇറങ്ങിയ ഭഗതിന്റെ മനസ്സു മുഴുവൻ ജാലിയൻ വാലാബാഗായിരുന്നു. ഭഗത് അന്ന് സ്കൂളിൽ പോയില്ല.

“എന്താ, എന്താ മോനേ നീ ഇന്ന് സ്കൂളിൽ പോകുന്നില്ലേ?” ഭഗതിന്റെ ഭാവവ്യത്യാസം കണ്ട് അമ്മ ചോദിച്ചു.

“ഇല്ലമ്മേ, എനിക്കിന്ന് സ്കൂളിൽ പോകാൻ കഴിയില്ല.”

“എന്തുകൊണ്ട്?”

“അമൃത്സറിലെ ജാലിയൻ വാലാബാഗിൽ ആ വെള്ളക്കാർ കാട്ടിയ കൊടുംക്രൂരത എന്നെ ഭ്രാന്തനാക്കുന്നു. എനിക്ക് അവിടംവരെ പോകാതെ ഒരു സമാധാനവുമില്ലമ്മേ.”

അതു പറഞ്ഞിട്ട് ഭഗത് നേരെ ജാലിയൻ വാലാബാഗിലേക്ക് പോയി.

ജാലിയൻ വാലാ മൈതാനത്തിലേക്കു കടന്ന ഭഗതിന്റെ ഹൃദയത്തിൽ അവിടത്തെ കാഴ്ച രോഷാഗ്നി പടർത്തി. അവിടമാകെ ചോരയുടെ മണം. ദേശത്തിനുവേണ്ടി പോരാടിയവ

രുടെ ചോര മൈതാനത്തെ മണൽത്തരികളിൽ കട്ടപിടിച്ചു കിടക്കുന്നു. സമാധാനപരമായി പൊതുയോഗം കൂടിയ ദേശസ്നേഹികൾക്കുനേരെ വെള്ളപ്പട്ടാളത്തിന്റെ കൊടുംക്രൂരത. ശരീരത്തിൽ ചോര തിളയ്ക്കുന്നത് ഭഗത് അറിഞ്ഞു. ജനിച്ച നാടിനുവേണ്ടി പൊരുതി മരിക്കേണ്ടി വന്ന ആയിരങ്ങളുടെ മുഖം തന്നെ നോക്കി ചിരിക്കുന്നതായി ഭഗതിനു തോന്നി. ആകാശത്ത് അവരെല്ലാം ഒത്തുകൂടി തന്നെ നോക്കി പുഞ്ചിരിക്കുന്നു. പിന്നെ അവർ ഒരേ സ്വരത്തിൽ പറയുന്നു.

"പോരാടൂ... നാടിനുവേണ്ടി ധീരമായി പോരാടൂ...."

ആ വാക്കുകൾ ഭഗതിന്റെ ഹൃദയത്തിലേക്ക് അമൃതവർഷമായി പെയ്തിറങ്ങി. പിന്നെ ആ ബാലൻ ആളുകൾ വെടിയേറ്റു മരിച്ചുവീണ മൈതാനത്തെ മണൽപ്പരപ്പിലൂടെ ഏകനായി നടന്നു. ഒടുവിൽ ചോരവീണു കുതിർന്ന മണ്ണിൽ പതുക്കെ മുട്ടുകുത്തി ഇരുന്നു. അതിനുശേഷം മുഖം മണലിൽ അമർത്തി ദേശസ്നേഹികൾക്ക് വേണ്ടി ആദരവ് അർപ്പിച്ചു. ആ പുണ്യഭൂമിയിൽനിന്നും ഭഗത് ഒരു പിടി മണ്ണ് വാരി കൂടെ കരുതിയിരുന്ന ഒരു കുപ്പിയിലാക്കി. അപ്പോഴേക്കും ആ ബാലന്റെ കണ്ണുകൾ നിറഞ്ഞു കവിഞ്ഞിരുന്നു. പിന്നെ ഒരു ഏകാന്ത പഥികനെപ്പോലെ അവിടെനിന്നും വീട്ടിലേക്കു തിരിച്ചു. വീട്ടിലെത്തിയ ഭഗത് ആ കുപ്പി ഭദ്രമായി മുറിയിൽ ഒരിടത്തു വച്ചു. പിന്നെ അതിൽ പൂക്കളർപ്പിച്ചു വണങ്ങി. അന്ന് ആഹാരമൊന്നും ഭഗത് കഴിച്ചില്ല.

"എന്താ, മോനേ നിനക്കൊന്നും കഴിക്കേണ്ടേ?" വിദ്യാവതി ചോദിച്ചു.

"വേണ്ടമ്മേ, എനിക്ക് വിശപ്പില്ല."

ഭഗതിന്റെ മാറ്റം വിദ്യാവതിയെ വിഷമത്തിലാക്കി.

"നീ, എന്തിന്റെ ഭാവമാ? ജാലിയൻ വാലാബാഗിൽ പോയി വന്നതിനുശേഷം നിനക്ക് ആരോടും മിണ്ടാട്ടമില്ല. ഒരു സന്തോഷവുമില്ല. നിനക്ക് എന്തുപറ്റിയെടാ മോനേ?"

വിദ്യാവതി ഭഗതിനെ തലയിൽ തലോടിക്കൊണ്ടു ചോദിച്ചു.

"അമ്മേ, ദേശസ്നേഹികളായ ആയിരങ്ങളെയാണ് ആ

ബ്രിട്ടീഷ് കാപാലികന്മാർ കൊന്നൊടുക്കിയത്. അവർ പിടഞ്ഞു വീണ മണ്ണിൽനിന്നാണ് ഞാനിപ്പോൾ വന്നത്. ക്രൂരത.... കൊടും ക്രൂരത.... ഞാൻ സഹിക്കില്ലമ്മേ.... സഹിക്കില്ല...."

പ്രായപൂർത്തിയായ ഒരാളുടെ വികാരമാണ് ഭഗതിൽ ആ അമ്മ കണ്ടത്. അവർക്ക് എന്തെന്നില്ലാത്ത പേടി തോന്നി.

"മോനേ, നീ ആഹാരമെന്തെങ്കിലും കഴിക്കൂ."

"വേണ്ടമ്മേ.... ജാലിയൻ വാലാബാഗിൽ മരിച്ചവരുടെ കുടുംബം ഇപ്പോൾ ഒന്നും കഴിച്ചിട്ടില്ലായിരിക്കാം. മരിച്ചവരൊക്കെ എന്റെ കുടുംബക്കാരാ. എനിക്കിന്ന് ഒന്നും വേണ്ട. അമ്മ എന്നെ നിർബ്ബന്ധിക്കരുത്."

ഭഗതിന്റെ മറുപടി കേട്ട് വിദ്യാവതി പിന്നിടൊന്നും പറഞ്ഞില്ല. അവർ അകത്തേക്കു പോയി. മുത്തശ്ശിയും ഏറെ നിർബ്ബന്ധിച്ചെങ്കിലും ഭഗത് വഴങ്ങിയില്ല.

നാല്

എല്ലാ പ്രഭാതങ്ങളിലും മണൽ നിറച്ച കുപ്പിയിൽ പൂക്കളർപ്പിച്ച് ഭഗത് വണങ്ങി. ഒരുദിവസം ഭഗത് കുപ്പി കാട്ടി ഇളയ സഹോദരിയോടു പറഞ്ഞു.

"നോക്കൂ.... ഇതെന്താണെന്നറിയാമോ നിനക്ക്?"

"എനിക്കറിയാം ചേട്ടാ, അമ്മ എന്നോടെല്ലാം പറഞ്ഞു." സഹോദരി പറഞ്ഞു.

"അതെ, സായിപ്പന്മാർ കൊലപ്പെടുത്തിയ നമ്മുടെ നാട്ടുകാരുടെ രക്തമാണിത്. നീയും ഇനി എല്ലാ ദിവസവും ഇതിൽ തൊട്ട് വന്ദിക്കണം." ഭഗത് അനുജത്തിയെ അരികിൽ ചേർത്തു പിടിച്ചുനിർത്തി പറഞ്ഞു.

"ഞാൻ എല്ലാ ദിവസവും വന്ദിക്കാം ചേട്ടാ. അടിമത്തച്ചങ്ങല പൊട്ടിച്ചെറിയാൻ മുന്നോട്ടുവന്ന ധീരയോദ്ധാക്കളുടെ ചോര കലർന്ന മണ്ണല്ലേ ഇത്?"

സഹോദരിയുടെ മറുപടി ഭഗതിനെ സന്തോഷിപ്പിച്ചു.

കുറേ നാളുകൾക്കുശേഷം ഭഗത് ഒരു പ്രഭാതത്തിൽ ആ കുപ്പിയുമായി രവി നദീതീരത്തേക്കുപോയി. നദിയിലിറങ്ങി ആ ബാലൻ കുറേനേരം ആകാശത്തേക്കു നോക്കി പ്രാർത്ഥിച്ചു. പിന്നെ മരിച്ചുപോയവരുടെ ചിതാഭസ്മം ബന്ധുക്കൾ നദിയിൽ

സമർപ്പിക്കുന്നപോലെ ആദരപൂർവ്വം കുപ്പിയും അതിലെ മണ്ണും വെള്ളത്തിലേക്കൊഴുക്കി. അപ്പോൾ മണ്ണിലെ ചോരയുടെ നിറം വെള്ളത്തിൽ കലരുന്നത് ഭഗത് കണ്ടു. അപ്പോൾ അവൻ ഒരു ശപഥമെടുക്കുകയും ചെയ്തു.

“ഒരുദിവസം ഞാൻ എന്റെ രക്തം കൊണ്ട് നിന്നെ ചുവപ്പിക്കും.” ഒരു ആത്മസമർപ്പണത്തിന്റെ ശപഥമായിരുന്നു അത്. രവിനദി അതു കേട്ടിട്ടാകണം അതിന്റെ കുഞ്ഞോളങ്ങൾ ആ ശപഥം ഏറ്റുചൊല്ലുന്നതിനായി പന്ത്രണ്ടുകാരനായ ഭഗതിന് തോന്നി.

ഭഗതിന്റെ ഈ പ്രവൃത്തികളെല്ലാം സ്കൂളിൽ കൂട്ടുകാരും അദ്ധ്യാപകരും അറിഞ്ഞു. അവന്റെ ദേശഭക്തിയുടെ തീവ്രതയും ബ്രിട്ടീഷുകാർക്കെതിരെ പോരാടുന്നവരോടുള്ള ആദരവും അവരെ അത്ഭുതപ്പെടുത്തിക്കൊണ്ടിരുന്നു. ജയിലിൽ നിന്നും ഭഗതിന്റെ അച്ഛൻ കിഷൻസിങ് ഇടയ്ക്ക് വീട്ടിലേക്ക് കത്ത് അയക്കുമായിരുന്നു. മറുപടിയിൽ ഭഗതിന്റെ ഈ കാര്യങ്ങളെല്ലാം അമ്മ അറിയിച്ചു. മകന്റെ ധീരമായ ഈ പെരുമാറ്റങ്ങൾ അറിഞ്ഞ് ആ അച്ഛൻ ഏറെ അഭിമാനിച്ചു.

ഒമ്പതാം ക്ലാസിൽ പഠിക്കുമ്പോൾ അതായത് 1921 ൽ ഭഗത് രാഷ്ട്രീയ പ്രവർത്തനങ്ങളിൽ ഏർപ്പെട്ടു തുടങ്ങി. ഭഗതിന്റെ നേതൃത്വത്തിൽ സ്കൂളിൽ വിദ്യാർത്ഥി സംഘടന രൂപീകരിച്ചു. വിദ്യാർത്ഥികളുടെ നേതാവായി നന്നായി തിളങ്ങുകയും ചെയ്തു. അങ്ങനെ ഭഗത് സ്വാതന്ത്ര്യസമര കാര്യങ്ങളിലേക്ക് തിരിയാൻ തുടങ്ങി. മകന്റെ ശ്രദ്ധ സ്വാതന്ത്ര്യ സമരത്തിലേക്ക് തിരിയുന്ന കാര്യം പിതാവ് കിഷൻസിങ് അറിഞ്ഞെങ്കിലും അത് വിലക്കിയില്ല. രാജ്യസ്നേഹം മനസ്സിൽ കാത്തുസൂക്ഷിച്ച ആ പിതാവിന് മകനെ വിലക്കാൻ തോന്നിയില്ല. പിതാവിന്റെയും കുടുംബത്തിന്റെയും മൗനാനുവാദം ഭഗതിന് കരുത്തു നല്കി. മഹാത്മാഗാന്ധിയുടെ നേതൃത്വത്തിൽ നിസ്സഹകരണ പ്രസ്ഥാനം ശക്തമായ കാലമായിരുന്നു അത്. ഭഗത് നിസ്സഹകരണ പ്രസ്ഥാനവുമായി ബന്ധപ്പെട്ട് പ്രവർത്തിക്കാൻ തുടങ്ങി. ലാഹോറിൽ വിദേശ വസ്ത്ര ബഹിഷ്കരണം നടക്കുന്ന

സമയം. ഇതുമായി ബന്ധപ്പെട്ട് ഭഗത് സജീവമായി പ്രവർത്തിച്ചു. വിദേശ വസ്ത്ര ബഹിഷ്കരണത്തിന്റെ ഭാഗമായി വിവിധ സ്ഥലങ്ങളിൽ സമ്മേളനങ്ങളും പ്രകടനങ്ങളും സംഘടിപ്പിച്ചു. ബ്രിട്ടീഷ് വിദ്യാഭ്യാസ സ്ഥാപനങ്ങൾ ബഹിഷ്കരിക്കാനും ദേശീയ വിദ്യാഭ്യാസ സ്ഥാപനങ്ങളിൽ ചേർന്നു പഠിക്കാനും ഗാന്ധിജി ആഹ്വാനം ചെയ്തു.

ബ്രിട്ടീഷുകാർക്കെതിരെ പോരാടാൻ തന്റെ സമയം തികയുന്നില്ലെന്ന് ഭഗതിന് തോന്നിത്തുടങ്ങി. ദിവസം മൂന്നും നാലും സമ്മേളനങ്ങളും പൊതുയോഗങ്ങളും. ആളുകളുടെ ആവേശങ്ങൾ ഭഗതിനെ ഏറെ സന്തോഷിപ്പിച്ചു. അവർക്കൊപ്പം ഏതു സമയവും ഉണ്ടാകാൻ ഭഗത് ആഗ്രഹിച്ചു. ഭഗത് മെട്രിക്കുലേഷൻ കഴിയുന്നതിനുമുമ്പേ ഡി എ പി സ്കൂൾ വിട്ടു. പഠിത്തത്തിൽ ഒന്നാമനായ ഭഗത് സ്കൂൾ വിട്ടതിനോടു വീട്ടുകാർക്ക് തീരെ യോജിപ്പില്ലായിരുന്നു. പഠനത്തോടൊപ്പം ദേശസ്നേഹവും വിപ്ലവവും. അതായിരുന്നു വീട്ടുകാരുടെ അഭിപ്രായം. അദ്ധ്യാപകരും അതിനോടു യോജിച്ചു. തുടർന്ന് ലാഹോറിലെ നാഷണൽ കോളേജിൽ ചേർന്നു പഠിക്കാൻ സുഹൃത്തുക്കൾ ഉപദേശിച്ചു. എന്നാൽ മെട്രിക്കുലേഷൻ കഴിഞ്ഞവരെ മാത്രമേ നാഷണൽ കോളേജിൽ ചേർക്കാൻ നിയമമുണ്ടായിരുന്നുള്ളൂ. ദേശസ്നേഹിയും ബ്രിട്ടീഷ് വിരുദ്ധനുമായ ഒരു അദ്ധ്യാപകൻ ആ കോളേജിൽ ഉണ്ടായിരുന്നു. പ്രൊഫ. ജയചന്ദ്ര വിദ്യാലങ്കാർ. ഭഗത് ഒരുദിവസം ആ പ്രൊഫസറെ വീട്ടിൽ പോയി കണ്ടു കാര്യം പറഞ്ഞു.

“ഭഗതിന്റെ വിദേശവസ്ത്ര ബഹിഷ്കരണ പ്രവർത്തനങ്ങളെക്കുറിച്ച് ഞാൻ കേട്ടിട്ടുണ്ട്. എല്ലാ രാജ്യസ്നേഹികൾക്കും നല്ല അഭിപ്രായമാണ്.” പ്രൊഫസർ ജയചന്ദ്ര വിദ്യാലങ്കാർ ചിരിച്ചുകൊണ്ട് ഭഗതിനോടു പറഞ്ഞു.

“ഞാനതിൽ അഭിമാനിക്കുന്നു സാർ. ഈ പ്രവർത്തനങ്ങൾക്കിടയിലും കോളേജിൽ പഠിക്കാൻ ഞാൻ ആഗ്രഹിക്കുന്നു. ഇക്കാര്യത്തിൽ സാറിന്റെ സഹായവും ഉപദേശങ്ങളും ഞാൻ പ്രതീക്ഷിക്കുന്നു.”

"മെട്രിക്കുലേഷനു പകരമായി ഞാൻ ഒരു പ്രവേശന പരീക്ഷ നടത്താം. അതിൽ വിജയിച്ചാൽ ഭഗതിനു കോളേജ് പ്രവേശനം നേടാം."

പ്രൊഫസർ പറഞ്ഞതുകേട്ട് ഭഗതിനു സന്തോഷമായി. യാത്ര പറഞ്ഞു ഭഗത് ഇറങ്ങി. അടുത്ത ദിവസംതന്നെ നാഷണൽ കോളേജിൽ വച്ചു ഭഗതിനുവേണ്ടി പ്രവേശനപ്പരീക്ഷ നടത്തുകയും അതിൽ വിജയിക്കുകയും ചെയ്തു. അങ്ങനെ ഭഗത് കോളേജിൽ ചേർന്നു. പ്രൊഫ. വിദ്യാലങ്കാർ വിമോചനസമരങ്ങളെക്കുറിച്ച് ധാരാളം കാര്യങ്ങൾ ഭഗതിനു പറഞ്ഞുകൊടുത്തു. മിതവും സൗമ്യവുമായ ഭഗതിന്റെ സംസാരശൈലി പ്രൊഫസർക്ക് ഇഷ്ടപ്പെട്ടു. ഉച്ചത്തിൽ സംസാരിക്കുന്ന രീതിയും ഇല്ലായിരുന്നു. താമസിയാതെ പ്രൊഫ. വിദ്യാലങ്കാർ തന്റെ ശിഷ്യനെന്നതിനപ്പുറം ഭഗതുമായി കൂടുതൽ അടുത്തു. ഉത്തർപ്രദേശിലെ അറിയപ്പെടുന്ന വിപ്ലവകാരികളായ ജതീന്ദ്രനാഥ് ദാസ്, ചന്ദ്രശേഖർ ആസാദ് തുടങ്ങിയവരെ പ്രൊഫസർ ഭഗതിന് പരിചയപ്പെടുത്തിക്കൊടുത്തു. ആ പരിചയപ്പെടൽ ഭഗതിന്റെ ശക്തമായ വിപ്ലവജീവിതത്തിലേക്കുള്ള പടവുകളുടെ തുടക്കമായിരുന്നു. ബ്രിട്ടീഷുകാർക്കെതിരെ പോരാടി പിന്നീട് പ്രമുഖരായിത്തീർന്ന യശ്പാൽ, സുഖ്ദേവ്, ഭഗവതീ ചരൺ വോറാ എന്നിവർ ഭഗതിന്റെ സഹപാഠികളായിരുന്നു. വട്ടത്തൊപ്പിയും ട്രൗസറും ഇല്ലാതെ ഭഗതിനെ മറ്റൊരു വേഷത്തിലും കാണാൻ കഴിയില്ല. ഇതു രണ്ടും ഉൾപ്പെടുന്നതായിരുന്നു അദ്ദേഹത്തിന്റെ പ്രിയപ്പെട്ട വേഷം.

അഞ്ച്

ആയിരത്തി തൊള്ളായിരത്തി ഇരുപത്തി രണ്ട് – ഭഗതിന്റെ കോളേജ് വിദ്യാഭ്യാസത്തിന്റെ അവസാന വർഷം. ഒന്നാം ലാഹോർ ഗൂഢാലോചനാക്കേസിന്റെ ശിക്ഷാവിധി പുറപ്പെടുവിച്ച വർഷം. വിധി കേട്ട് രാജ്യസ്നേഹികൾ ഞെട്ടി. 19 വയസ്സ് മാത്രമുള്ള കർത്താർസിങ്ങിനെ തൂക്കിക്കൊല്ലാനായിരുന്നു വിധി. ബ്രിട്ടീഷുകാർ വിധി നടപ്പാക്കുകയും ചെയ്തു. കർത്താർസിങ്ങിനെ കൊലമരത്തിലേറ്റിയ സംഭവം ഭഗത്സിങ്ങിലെ വിപ്ലവകാരിയെ പതിന്മടങ്ങ് ശക്തിയോടെ ഉയർത്തെണീപ്പിച്ചു. മഹാത്മാഗാന്ധിയുടെ അഹിംസാ സിദ്ധാന്തത്തോട് ഈ സംഭവത്തിനുശേഷം ഭഗതിന് വെറുപ്പ് തോന്നി. സായുധ വിപ്ലവത്തിലൂടെ മാത്രമേ ബ്രിട്ടീഷുകാരെ തുരത്തി ഇന്ത്യക്ക് സ്വാതന്ത്ര്യം നേടാൻ കഴിയൂ എന്ന് ഭഗതിന് ഉറച്ച് വിശ്വസിക്കേണ്ടി വന്നു.

കർത്താർസിങ്ങിനെ തൂക്കിലേറ്റിയ സംഭവത്തിൽ അഹിംസാവാദികൾ പ്രതികരിക്കാത്തതിൽ ഭഗത് ഏറെ വിഷമിച്ചു. ഒരു പ്രതിഷേധയോഗംപോലും നടത്താൻ അഹിംസാവാദികൾ കൂട്ടാക്കാത്തതിൽ ഭഗതിന് ക്ഷോഭിക്കേണ്ടി വന്നു. താമസിയാതെ ഭഗത് കർത്താർസിങ്ങിനെ ബ്രിട്ടീഷ് കാപാലികന്മാർ തൂക്കിലേറ്റിയതിനെതിരെ യോഗങ്ങൾ സംഘടിപ്പിച്ചു. പ്രതീക്ഷി

ച്ചതിലും കൂടുതൽ അണികൾ ഭഗതിനൊപ്പം ചേർന്നു. ഭഗതിനെ സ്വാധീനിച്ച രണ്ടു വ്യക്തികൾ ഉണ്ടായിരുന്നു. ഒന്ന് തൂക്കിലേറ്റപ്പെട്ട കർത്താർസിങ്. മറ്റേത് ഫ്രഞ്ച് അസംബ്ലിയിൽ ബോംബെറിഞ്ഞ ഫ്രാൻസിലെ വേയ്ലാൻത്. ഈ രണ്ട് രക്തസാക്ഷികളുടെയും ജീവിതകഥകൾ ഭഗതിന്റെ മനസ്സിനെ വല്ലാതെ സ്പർശിച്ചിരുന്നു.

ഫ്രഞ്ച്, റഷ്യൻ വിപ്ലവങ്ങൾ ഭഗതിനെ ഏറെ സ്വാധീനിച്ചിരുന്നു. മാർക്സിന്റെയും ലെനിന്റെയും കൃതികൾക്കായി അദ്ദേഹം ലാഹോറിലെ ദ്വാരകാദാസ് ലൈബ്രറിയിൽ പോകുമായിരുന്നു. വായനയിലൂടെ വിപ്ലവചരിത്രങ്ങളും മഹാന്മാരുടെ സ്മരണകളുമെല്ലാം ഭഗതിന്റെ മനസ്സിൽ ചലനങ്ങൾ സൃഷ്ടിച്ചു. ഒരുദിവസം സുഹൃത്തും ലൈബ്രേറിയനുമായ രാജാറാം ഭഗതിനോടു ചോദിച്ചു.

"ഏയ്, ഭഗത് താങ്കൾ വിപ്ലവനേതാക്കളുടെ പുസ്തകം തപ്പിപ്പിടിച്ച് വായിക്കുന്നുണ്ടല്ലോ. ആരാണ് താങ്കളുടെ പ്രിയപ്പെട്ട നേതാവ്."

"ഹ.... ഹ.... രാജാറാം, എന്താ സംശയം. എനിക്കു പ്രിയപ്പെട്ട നേതാവ് ലെനിൻ ആണ്." പെട്ടെന്നായിരുന്നു ഭഗതിന്റെ മറുപടി.

"ധാരാളം പുസ്തകങ്ങൾ വായിക്കുന്ന വ്യക്തിയെന്ന നിലയിൽ ഏറ്റവും ഇഷ്ടപ്പെട്ട പുസ്തകം...?" രാജാറാം ചോദിച്ചു.

"ഒരു പുസ്തകമല്ല ഇഷ്ടപ്പെട്ടത്, നിരവധി.... ഡെൻബ്രീൻ എഴുതിയ *മൈ ഫൈറ്റ് ഫോർ ഐറിഷ് ഫ്രീഡം. ക്രൈ ഫോർ ജസ്റ്റിസ്*, അപ്ടൺ സിൻക്ലയറുടെ നോവലുകൾ തുടങ്ങിയവ എനിക്ക് ഏറ്റവും ഇഷ്ടപ്പെട്ടവയാണ്."

സംഗീതത്തിലും ഭഗതിന് ഏറെ താല്പര്യമായിരുന്നു. ലാഹോറിൽ നാഷണൽ ഡ്രാമാ ക്ലബ്ബ് എന്ന നാടകസമിതിയിൽ ചേർന്ന് കുറേനാൾ പ്രവർത്തിച്ചിരുന്നു. ദേശാഭിമാനിമാനത്തെ എടുത്തുകാട്ടുന്ന ഏതാനും നാടകങ്ങൾ സമിതി അവതരിപ്പിച്ചു. ചന്ദ്രഗുപ്ത മൗര്യന്റെ വേഷത്തിൽ ഭഗത് അഭിനയിച്ച നാടകം ഏറെ ശ്രദ്ധിക്കപ്പെട്ടിരുന്നു. കലാപ്രവർത്തന

ങ്ങൾക്കും ഈ ദേശസ്നേഹി പ്രശംസ ഏറ്റുവാങ്ങി. ഇതിനിടെയാണ് വീട്ടിൽനിന്നും ഭഗതിന് ഒരു കത്ത് വന്നത്. പഠനം പൂർത്തിയായി വരുന്ന സാഹചര്യത്തിൽ ഭഗതിനെക്കൊണ്ട് ഒരു വിവാഹം കഴിപ്പിക്കണമെന്ന വീട്ടുകാരുടെ ആഗ്രഹമാണ് കത്തിലെ ഉള്ളടക്കം. മുത്തശ്ശിക്കായിരുന്നു ഏറെ താല്പര്യം. ബാൻഗയ്ക്കടുത്തുള്ള ഒരു ഗ്രാമത്തിൽനിന്ന് ഒരു പെൺകുട്ടിയെ അവർ കണ്ടെത്തുകയും ചെയ്തു. ധനികന്റെ മകളാണ്. അതിസുന്ദരി. പെൺകുട്ടി മെട്രിക്കുലേഷൻ പാസായിട്ടില്ലെന്നു മാത്രം.

കത്ത് വായിച്ച ഭഗത് താമസിയാതെ മറുപടി എഴുതി.

'പ്രിയ മാതാജീ, വന്ദനം... ഞാൻ ഒരു വിപ്ലവകാരിയാണെന്ന വിചാരം എന്റെ കുടുംബാംഗങ്ങൾ ചിലപ്പോൾ മറന്നു പോകുന്നതിൽ വിഷമമുണ്ട്. ഒരു സമരസേനാനി വിവാഹത്തെക്കുറിച്ച് ചിന്തിക്കേണ്ട സമയമല്ലിത്. എനിക്ക് പലതും ചെയ്ത് തീർക്കേണ്ട സമയമാണിത്. എന്റെ ശരീരവും മനസ്സും രാജ്യത്തിനുവേണ്ടി മാറ്റിവച്ചിരിക്കുകയാണ്. ദേശസ്നേഹികളുടെ കുടുംബമാണ് നമ്മുടേതെന്ന ചിന്ത മറക്കരുത്.

ബ്രിട്ടീഷുകാരുടെ കൊടിയ മർദ്ദനത്തെതുടർന്ന് ഇളയച്ഛൻ സ്വരൺസിങ് ജയിലിൽ കിടന്നു മരിച്ചു. ഇളയച്ഛൻ അജിത്സിങ് നാടുവിട്ടു. എന്റെ പിതാജി ജയിലിൽ കിടക്കുന്നു. ഇതൊക്കെ കണ്ട് ഞാൻ എങ്ങനെ വിവാഹജീവിതത്തിലേക്ക് കടക്കും? മാതൃരാജ്യത്തിനുവേണ്ടി പോരാടാൻ ദയവായി എന്നെ അനുവദിക്കൂ....'

സ്നേഹാദരപൂർവ്വം
സ്വന്തം ഭഗത്.

കത്ത് വായിച്ച വീട്ടുകാർ ആകെ വിഷമിച്ചു. ഭഗതിന്റെ തീരുമാനം പാറപോലെ ഉറച്ചതാണെന്ന് അവർക്കറിയാം. ഭഗതിനെ ഏറെ ലാളിച്ച മുത്തശ്ശിക്ക് വലിയ ആഗ്രഹമായിരുന്നു ഭഗതിനെ വിവാഹം കഴിപ്പിക്കാൻ.

ജയിലിൽ കിടന്നിരുന്ന കിഷൻസിങ്ങിനെ വീട്ടുകാർ ഇക്കാര്യം അറിയിച്ചു. അദ്ദേഹത്തിന് മകന്റെ ആഗ്രഹത്തിന്

എതിരു നില്ക്കാൻ ഒട്ടും താല്പര്യമില്ലായിരുന്നു. എങ്കിലും മുത്തശ്ശി നിർബ്ബന്ധിച്ചപ്പോൾ അദ്ദേഹം തന്നെ ഭഗതിന് വീണ്ടും കത്തയച്ചു.

'നിന്റെ കല്യാണം നിന്റെ മുത്തശ്ശിയുടെ ഏറ്റവും വലിയ ആഗ്രഹമാണ്. നീ താമസിയാതെ ഇവിടെ എത്തുക. ഞങ്ങൾ വിവാഹം ഉറപ്പിച്ചു കഴിഞ്ഞു.'

കിഷൻസിങ്ങിന് ഭഗത് മറുപടി അയച്ചു.

'പിതാജീ, വന്ദനം.... അങ്ങയുടെ കത്ത് കിട്ടിയപ്പോൾ ഞാൻ വല്ലാതെ അതിശയിച്ചു. അങ്ങയെപ്പോലെയുള്ള ഒരു രാജ്യസ്നേഹിയുടെ മനസ്സ് ഇങ്ങനെ വ്യതിചലിക്കാമോ? മുത്തശ്ശിയുടെ വിഷമം മാത്രമേ അങ്ങ് ചിന്തിക്കുന്നുള്ളൂ. കോടിക്കണക്കിന് ജനങ്ങളുടെ അമ്മയായ നമ്മുടെ ഭാരതം എന്തുമാത്രം വിഷമിക്കുന്നുവെന്ന് അങ്ങേക്കറിയാമോ? അതിനാൽ ദയവായി എന്നെ വിവാഹത്തിനു നിർബ്ബന്ധിക്കരുത്.'

സ്നേഹപൂർവ്വം
ഭഗത്.

ആറ്

മകന്റെ മറുപടി വായിച്ച കിഷൻസിങ് വിഷമത്തിലായി. ഒരു ഭാഗത്ത് ഭാര്യയുടെയും അമ്മയുടെയും വിഷമം. മറുഭാഗത്ത് മകന്റെ ദൃഢനിശ്ചയം. എന്തുചെയ്യും? താമസിയാതെ കിഷൻസിങ് ഭഗതിന് കമ്പിയടിച്ച് വീട്ടിൽ വരുത്തി. എല്ലാവരും വിവാഹത്തിന് ഭഗതിനെ നിർബ്ബന്ധിച്ചു. പക്ഷേ, തീരുമാനത്തിന് മാറ്റം വരുത്താൻ ആ രാജ്യസ്നേഹി തയ്യാറായില്ല. എല്ലാവരുടെയും നിർബ്ബന്ധം സഹിക്കാതെ വന്നപ്പോൾ ഭഗത് രഹസ്യമായി കിഷൻസിങ്ങിന് ഒരു കത്തെഴുതി വച്ചിട്ട് സ്ഥലം വിട്ടു.

'പിതാജീ, വന്ദനം. എന്റെ ജീവിതം ഞാൻ ഭാരതാംബയ്ക്കായി സമർപ്പിച്ചുകഴിഞ്ഞു. അതിനാൽ കുടുംബലൗകിക ജീവിതം ഞാൻ ആഗ്രഹിക്കുന്നില്ല. എന്റെ ഉപനയനവേളയിൽ മുത്തച്ഛൻ എന്നെ രാജ്യസേവനത്തിനായി ദാനം ചെയ്യുകയാണെന്നു പ്രഖ്യാപിച്ചിരുന്നത് പിതാജി മറന്നിട്ടുണ്ടാവില്ലല്ലോ. ആ പ്രതിജ്ഞ ഞാൻ നിറവേറ്റാൻ പോകുന്നു. ക്ഷമിക്കുമല്ലോ.

സ്വന്തം ഭഗത്.'

കത്തെഴുതി വച്ചിട്ട് ഭഗത് അന്നുരാത്രിതന്നെ അവിടെ നിന്നു യാത്ര തിരിച്ചു. പിറ്റേന്ന് വീട്ടുകാർ ആ കത്ത് കണ്ട് ഞെട്ടി. അവർ അത് ജയിലിൽ കിഷൻസിങ്ങിന് അയച്ചു

കൊടുത്തു.

1920 ഉത്തർപ്രദേശിലെ കാൺപൂർ. അവിടെ ഇന്ത്യൻ വിപ്ലവകാരികൾ ചേർന്ന് ഒരു സംഘടന രൂപീകരിക്കാൻ തീരുമാനിച്ചു. ഇതിന്റെ നേതൃത്വം അവർ ഭഗത്സിങ്ങിനും വിജയകുമാർ സിൻഹയ്ക്കും നല്കി. ഇതിനിടയ്ക്കാണ് ബ്രിട്ടീഷ് ഭരണത്തിനെതിരെ നേരിട്ടുള്ള പോരാട്ടത്തിന്റെ ആവശ്യകത ജനങ്ങളെ ബോദ്ധ്യപ്പെടുത്താൻ നൗ ജവാൻ ഭാരത്സഭ എന്ന സംഘടന ഭഗതിന്റെ നേതൃത്വത്തിൽ രൂപീകരിച്ചത്. താമസിയാതെ തന്നെ ഈ സംഘടന ജനങ്ങളുടെ ശ്രദ്ധയാകർഷിച്ചു. വിപ്ലവബോധം നാട്ടുകാരിൽ പടർന്നുകത്താൻ തുടങ്ങി. തുടർന്ന് പഞ്ചാബിൽനിന്നും പ്രസിദ്ധീകരിച്ചിരുന്ന *കീർത്തി* എന്ന സോഷ്യലിസ്റ്റ് വാരികയുടെ പത്രാധിപ സമിതിയിൽ പ്രവർത്തിക്കാൻ ഭഗതിന് ക്ഷണം ലഭിച്ചു. സോഹൻസിങ് ജോഷായിരുന്നു പത്രാധിപർ. ഭഗത് സന്തോഷത്തോടെ ആ പദവി സ്വീകരിച്ചു.

1923 ൽ ലാഹോർ നാഷണൽ കോളേജിൽനിന്നും എഫ് എ ബിരുദമെടുത്ത് ഭഗത് പുറത്തിറങ്ങി. ഒരു രാഷ്ട്രീയ പോരാളിയാവുക എന്ന ദൃഢനിശ്ചയത്തോടെയായിരുന്നു ആ പടിയിറക്കം.

ചന്ദ്രശേഖർ ആസാദ്, സുഖ്ദേവ്, ജയ്ദേവ്, രാജ്ഗുരു തുടങ്ങിയവരെ നേതൃനിരയിലേക്കു ഉൾപ്പെടുത്തി ഭഗത്സിങ് തന്റെ പ്രവർത്തനം ഊർജ്ജിതമാക്കി.

1928 ഫെബ്രുവരിയിൽ ഇന്ത്യയിൽ ഭരണപരമായ ചില പരിഷ്കാരങ്ങൾ നടപ്പിൽ വരുത്താനും പാർലമെന്ററി ജനാധിപത്യം വ്യാപിപ്പിക്കാനും സമയമായിട്ടുണ്ടോ എന്നു പരിശോധിച്ച് റിപ്പോർട്ട് സമർപ്പിക്കാൻ ബ്രിട്ടീഷ് ഗവൺമെന്റ് ഒരു കമ്മീഷനെ നിയോഗിച്ചു. അതാണ് സൈമൺ കമ്മീഷൻ. സർ ജോൺ സൈമൺ അദ്ധ്യക്ഷനായുള്ള കമ്മീഷനായിരുന്നു അത്.

1927 ൽ ഡോ. എം എ അൻസാരിയുടെ അദ്ധ്യക്ഷതയിൽ മദ്രാസിൽ കമ്മീഷനെ ബഹിഷ്കരിക്കാൻ കോൺഗ്രസ് സമ്മേളനം ചേർന്നു.

'സൈമൺ ഗോ ബാക്ക്' എന്ന മുദ്രാവാക്യം രാജ്യവ്യാപകമായി മുഴങ്ങി. പ്രതിഷേധ പ്രകടനങ്ങളും യോഗങ്ങളും നടന്നു.

1928 ഒക്ടോബർ 30 ന് ലാഹോറിൽ സൈമൺ കമ്മീഷനെതിരെ കൂറ്റൻ പ്രതിഷേധറാലി നടന്നു. ലാലാലജ്പത്റായി ആണ് നേതൃത്വം നല്കിയത്. പൊലീസ് പ്രകടനത്തിനുനേരെ ലാത്തി വീശി. ജനം പൊലീസിനു നേരെ തിരിഞ്ഞു. തുടർന്ന് കൊടിയ മർദ്ദനമായി. അസി. പൊലീസ് സൂപ്രണ്ട് സാൻഡേഴ്സാണ് നേതൃത്വം നല്കിയത്. മർദ്ദനത്തിൽ ലജ്പത്റായിക്ക് ഗുരുതരമായി പരിക്കേറ്റു. അദ്ദേഹം ആശുപത്രിയിലായി. ഒരു മാസം തികയും മുമ്പേ അദ്ദേഹം മരണമടയുകയും ചെയ്തു. ലജ്പത്റായിയുടെ മരണം ജനങ്ങളിൽ രോഷം പടർന്നു കയറാനിടയായി.

ഹിന്ദുസ്ഥാൻ സോഷ്യലിസ്റ്റ് റിപ്പബ്ലിക്കൻ അസോസിയേഷൻ ഇതിനു പകരം വീട്ടാൻ മുന്നോട്ടു വന്നു. 1928 നവംബറിൽ ലജ്പത്റായിയുടെ മരണത്തിന് ഇടയാക്കിയ പൊലീസ് മർദ്ദനത്തിന് നേതൃത്വം കൊടുത്ത അസിസ്റ്റന്റ് പൊലീസ് സൂപ്രണ്ട് സാൻഡേഴ്സനെ വെടിവച്ചു കൊന്നു. ഭഗത്സിങ്ങാണ് സാൻഡേഴ്സനെ വെടിവെച്ചു കൊന്നത്.

വെള്ളപട്ടാളത്തിനേറ്റ അതിശക്തമായ ഒരു അടിയായിരുന്നു ആ സംഭവം. രാജ്യസ്നേഹികൾ ഈ നടപടിയെ സ്വാഗതം ചെയ്തു.

ഭഗത്സിങ്ങാണ് സാൻഡേഴ്സനെ വെടിവെച്ചതെന്ന് ബ്രിട്ടീഷുകാർ മനസ്സിലാക്കി. ഉടൻ ബ്രിട്ടീഷ് പട്ടാളം ഭഗത്സിങ്ങിനു വേണ്ടി ലാഹോർ നഗരം വളഞ്ഞു. നഗരത്തിന്റെ ഓരോ മൂലയും അവർ അരിച്ചു പെറുക്കി. പലരേയും പൊലീസ് പിടികൂടി ഭഗത്സിങ്ങിനെക്കുറിച്ച് അന്വേഷിച്ചു. അറിയില്ലെന്നു പറഞ്ഞവർക്കെല്ലാം ക്രൂരമർദ്ദനം ഏല്ക്കേണ്ടിവന്നു.

എത്രയും വേഗം ലാഹോർ വിടുന്നതാണ് ബുദ്ധിയെന്ന് ഭഗത്സിങ്ങിനു തോന്നി. പൊലീസിന്റെ കണ്ണുവെട്ടിച്ച് എത്ര നാൾ ഇവിടെ കഴിയാനാകും? ഒപ്പമുണ്ടായിരുന്നവരും അതി

നോടു യോജിച്ചു. ഭഗത് താമസിയാതെ രാത്രിതന്നെ ഭഗവതീ ചരൺ വോറ എന്ന വിപ്ലവകാരിയുടെ വീട്ടിലെത്തി. മറ്റ് പ്രധാന വിപ്ലവകാരികളും അവിടെ ഒത്തുകൂടി.

"പൊലീസിനെ വെട്ടിച്ച് എങ്ങനെ രക്ഷപ്പെടും?" എല്ലാവരും ആലോചിച്ചു. ഒടുവിൽ അവർ ഒരു ഉപായം കണ്ടെത്തി. ഭഗവതീ ചരൺ വോറയുടെ ഭാര്യാ ദുർഗ്ഗാദേവി തന്റെ കൈക്കുഞ്ഞുമായി ഭഗത്സിങ്ങിനോടൊപ്പം വേഷം മാറി പോവുക. സായിപ്പിന്റെ കുടുംബമാണെന്നേ കാണുന്നവർക്ക് തോന്നുകയുള്ളൂ. എല്ലാവർക്കും അത് ഇഷ്ടമായി. ഉടനെ ഭഗത് സായിപ്പിനെപ്പോലെ കോട്ടും സൂട്ടും അണിഞ്ഞു. ഒപ്പം ദുർഗ്ഗാദേവിയും. ഇപ്പോൾ ഇവരെ കണ്ടാൽ ശരിക്കും ഏതോ ഉന്നത ബ്രിട്ടീഷ് ഉദ്യോഗസ്ഥ ദമ്പതികളാണെന്നേ പറയൂ. ഇവർക്കൊപ്പം ഭൃത്യന്മാരായി വേഷം കെട്ടി രാജ്ഗുരുവും ഭഗവതീ ചരണും ഉണ്ടായിരുന്നു.

അർദ്ധരാത്രിയോടെ രണ്ടുപേരും ലാഹോർ റെയിൽവേ സ്റ്റേഷനിലേക്കു നടന്നു. ഇവർക്കു പിന്നാലെ ഭൃത്യന്മാരായി ചമഞ്ഞ് മറ്റുള്ളവരും. വഴിയിലെല്ലാം പൊലീസ് ഭഗത്സിങ്ങിനുവേണ്ടി അരിച്ചു പെറുക്കുകയാണ്. തെരുവിലെല്ലാം പരിശോധന നടക്കുന്നു. ആരും ഭഗതിനേയും ദുർഗ്ഗാദേവിയേയും സംശയിച്ചില്ല. റെയിൽവേ സ്റ്റേഷനിലെത്തിയപ്പോൾ അവിടെയും പൊലീസിനെക്കൊണ്ട് നിറഞ്ഞിരിക്കുന്നു. ട്രെയിൻ ചൂളം വിളിച്ചെത്തിയപ്പോൾ അതിൽ കയറി. ഉയർന്ന ഏതോ ബ്രിട്ടീഷ് ഉദ്യോഗസ്ഥനും ഭാര്യയും എന്നു കരുതി ചിലർ രണ്ടുപേരെയും അഭിവാദ്യം ചെയ്യുകയും ചെയ്തു. ട്രെയിൻ ഹൗറ സ്റ്റേഷനിലെത്തിയപ്പോൾ ഭഗതും ദുർഗ്ഗാദേവിയും ഇറങ്ങി. തുടർന്ന് യതീന്ദ്രനാഥ് ദാസിന്റെ സഹായത്തോടെ അവിടെ ഭഗത് വിപ്ലവ പ്രവർത്തനം തുടർന്നു.

ഏഴ്

ആയിരത്തി തൊള്ളായിരത്തി ഇരുപത്തി ഒൻപതിൽ ബ്രിട്ടീഷ് ഗവൺമെന്റ് തൊഴിലാളി വിരുദ്ധബിൽ കേന്ദ്ര അസംബ്ലിയിൽ അവതരിപ്പിക്കാൻ തീരുമാനിച്ചു. ബില്ലിനെക്കുറിച്ച് അറിഞ്ഞ വിപ്ലവകാരികൾ ഇതിനെതിരെ രംഗത്തുവന്നു. ബിൽ ചർച്ചചെയ്യുമ്പോൾ അസംബ്ലി ഹാളിൽ ബോംബെറിയാൻ ഭഗത്സിങ്ങും കൂട്ടരും തീരുമാനിച്ചു. ബോംബെറിയാൻ ചുമതലപ്പെടുത്തിയത് ഭഗത്സിങ്ങിനേയും ബടുകേശ്വർ ദത്തിനേയുമാണ്. കുറച്ചുനാൾ മുമ്പ് ഭഗത്സിങ് കല്ക്കത്തയിൽ ബോംബു നിർമ്മാണത്തിൽ പരിശീലനം നേടിയിരുന്നു. അലഹബാദിലെ ഒരു ശാസ്ത്ര വിദ്യാർത്ഥിയായിരുന്നു രാസവസ്തുക്കളും മറ്റും വാങ്ങിക്കൊണ്ടു വന്നിരുന്നത്. ലളിത്കുമാർ മുഖർജിയാണ് പരിശീലിപ്പിച്ചത്.

1929 ഏപ്രിൽ 8 നാണ് കേന്ദ്ര അസംബ്ലിയിൽ ബോംബേറ് നടക്കുന്നത്. ആരേയും വധിക്കാനല്ലായിരുന്നു ആ ഉദ്യമം. ബില്ലിനെതിരെ വിപ്ലവകാരികളുടെ പ്രതിഷേധം അറിയിക്കുക എന്നു മാത്രം. രാവിലെ 11 ന് കേന്ദ്ര അസംബ്ലിയിൽ ബിൽ അവതരിപ്പിക്കാൻ പ്രധാനികളെല്ലാം എത്തി. നിരവധി സന്ദർശകരും ഹാളിൽ സ്ഥാനം പിടിച്ചു. സൈമൺ കമ്മീഷൻ മേധാവി, സർ

ജോൺ സൈമൺ, വല്ലഭായി പട്ടേൽ, മഹാദേവ് ദേശായി, ഗാന്ധിജിയുടെ മകൻ ദേവദാസ്, അരുണ ആസഫ് അലി തുടങ്ങിയവർ നേരത്തേതന്നെ എത്തിയിരുന്നു. തൊഴിൽത്തർക്ക നിയമത്തെക്കുറിച്ച് ചർച്ച നടക്കുന്ന സമയം. അദ്ധ്യക്ഷൻ സഭ നയിക്കുന്നു.

സമയം 12.10. സന്ദർശക ഗ്യാലറിയിൽനിന്നും ഒരു ബോംബ് ആഭ്യന്തര സെക്രട്ടറിയുടെ പിന്നിലെ ഒഴിഞ്ഞ സ്ഥലത്തു വന്നു വീണു പൊട്ടിത്തെറിച്ചു. പിന്നാലെ മറ്റൊന്നുകൂടി വന്നുപൊട്ടി. ആളുകൾ നാലുപാടും ഓടി. ഭഗത്സിങ്ങും ബട്കേശ്വർ ദത്തുമായിരുന്നു ബോംബ് എറിഞ്ഞത്. ബോധപൂർവ്വം അവർ ഗ്യാലറിയിലെ ഒഴിഞ്ഞ ഭാഗത്ത് ബോംബെറിയുകയായിരുന്നു. സംഭവത്തെ തുടർന്ന് ആകെ ബഹളമായി. ഈ സമയത്താണ് ഇൻക്വിലാബ് സിന്ദാബാദ് എന്ന മുദ്രാവാക്യം ഇന്ത്യയിൽ ആദ്യ

മായി മുഴക്കിയത്. ഭഗത്സിങ്ങും ബട്കേശ്വർ ദത്തുമാണ് അതു ചെയ്തത്.

"ബ്രിട്ടീഷ് സാമ്രാജ്യത്വം തുലയട്ടെ, ഇൻക്വിലാബ് സിന്ദാബാദ്...." സമരഗർജ്ജനം അവിടെയാകെ മുഴങ്ങി. ബോംബ് സ്ഫോടനത്തെതുടർന്ന് ബ്രിട്ടീഷ് പട്ടാളം തെല്ലൊന്നമ്പരന്നു. ഓർക്കാപ്പുറത്തുണ്ടായ ഈ സംഭവം അവർക്ക് മറ്റൊരു അടിയായി. പൊലീസെത്തി ഭഗതിനേയും ദത്തിനേയും അറസ്റ്റു ചെയ്തു. ബ്രിട്ടീഷ് ബധിരന്മാരുടെ ചെവി തുറപ്പിക്കാൻ വേണ്ടിയാണിതെന്നും ഇതവസാനിക്കില്ലെന്നും ഭഗതും ദത്തും ആവേശത്തോടെ വിളിച്ചു പറഞ്ഞു. അവർക്കൊപ്പം ഇന്ത്യൻ ജനത ആവേശത്തോടെ ഇൻക്വിലാബ് സിന്ദാബാദ് മുദ്രാവാക്യം ഏറ്റു ചൊല്ലി. ബോംബെറിഞ്ഞ കേസിൽ ഭഗതിനേയും ദത്തിനേയും ജീവപര്യന്തം നാടുകടത്തൽ ശിക്ഷ വിധിച്ചു. പൊലീസിന്റെ ക്രൂരമർദ്ദനങ്ങളാണ് ഭഗതിനും ദത്തിനും ഏല്ക്കേണ്ടി വന്നത്. ബോംബെറിയൽ സംഭവത്തെതുടർന്ന് പൊലീസ് വ്യാപകമായ തെരച്ചിൽ നടത്തി. വിപ്ലവകാരികളെ തല്ലിച്ചതച്ചു. പലരേയും അറസ്റ്റു ചെയ്തു.

ലാഹോർ ഗൂഢാലോചനക്കേസ് എന്ന പേരിൽ ഭഗത്, രാജഗുരു, സുഖ്ദേവ് എന്നിവരെ പ്രധാന പ്രതികളാക്കി ഒരു കേസ് രജിസ്റ്റർ ചെയ്തു. ഈ കേസിന്റെ വിചാരണ കഴിഞ്ഞ് വിധി പ്രഖ്യാപിക്കുന്നതുവരെ ഭഗതിനെ നാടുകടത്തേണ്ടെന്നു ബ്രിട്ടീഷുകാർ തീരുമാനിച്ചു. ഉടൻ ഭഗതിനേയും ദത്തിനേയും ഡൽഹി സെൻട്രൽ ജയിലിൽ അടച്ചു. ഇതിനിടെ ബ്രിട്ടീഷ് കാപാലികന്മാർക്കെതിരെ നേരത്തെ ഭഗത് തയ്യാറാക്കിവെച്ചിരുന്ന ലഘുലേഖകൾ ചിലർ വിതരണം ചെയ്തു. ഏപ്രിൽ 18 ന് ഈ ലഘുലേഖ *ഹിന്ദുസ്ഥാൻ ടൈംസ്* എന്ന പത്രത്തിൽ പ്രസിദ്ധീകരിക്കുകയും ചെയ്തു.

ഇടയ്ക്ക് ഭഗതിന്റെ അച്ഛൻ കിഷൻസിങ് ജയിലിൽനിന്നും ഇറങ്ങിയിരുന്നു. ഭഗതിന്റെ കാര്യത്തിൽ അച്ഛൻ വക്കീലന്മാർ മുഖേന കേസിനെ സഹായിക്കാൻ ശ്രമങ്ങൾ നടത്തി. ജയിലിൽ കിടന്നു ഭഗത് അച്ഛനെഴുതി.

'പിതാജീ വന്ദനം,

ഞാൻ ഇപ്പോൾ ഡൽഹി ജയിലിലാണ്. മെയ് 7 ന് വിചാരണ തുടങ്ങും. അച്ഛൻ എന്നെ ഓർത്ത് വിഷമിക്കേണ്ട. അച്ഛൻ എന്നെ കേസിൽ സഹായിക്കാൻ ഇവിടെ വന്ന് വക്കീലന്മാരെ കണ്ടിരുന്നുവെന്നറിഞ്ഞു. ജയിലിൽ വരുമ്പോൾ അമ്മയെ കൊണ്ടുവരരുത്. അമ്മ എന്നെ ഓർത്ത് കരയും. അമ്മയെ വിഷമിപ്പിക്കുന്നത് എനിക്കിഷ്ടമല്ല. ഇനി വരുമ്പോൾ നെപ്പോളിയന്റെ ജീവചരിത്രം കൊണ്ടുവരണം. മുത്തശ്ശിയേയും മറ്റുള്ളവരേയും അന്വേഷണം അറിയിക്കുക.

സ്വന്തം ഭഗത്.'

ജയിലിലും കൊടിയ മർദ്ദനമുറകളാണ് പൊലീസ് ഭഗതിനോടു കാട്ടിയത്.

ഒരുദിവസം ഭഗതിനെ ജയിൽ മുറിയിൽ തനിച്ചാക്കി. കുറേ കഴിഞ്ഞപ്പോൾ നാലുപൊലീസുകാർ അവിടെയെത്തി. ഭഗതിനെ അവർ ബലമായി പിടിച്ച് അവിടെ കിടന്ന ഡെസ്കിൽ കിടത്തി ബന്ധിക്കാൻ ശ്രമിച്ചു. ഭഗത് സർവ്വശക്തിയുമെടുത്ത് എതിർത്തു.

"ഏയ്, നിങ്ങൾ എന്താണ് കാട്ടാൻ പോകുന്നത്? ഒരു വിചാരണ തടവുകാരനോടിങ്ങനെ പെരുമാറാൻ നിങ്ങൾക്കധികാരമില്ല. ഇത് മനുഷ്യത്വരഹിതമാണ്." ഭഗത് പറഞ്ഞതുകേട്ട് ഒരു പൊലീസുകാരൻ അദ്ദേഹത്തിന്റെ ചെകിടത്ത് ആഞ്ഞടിച്ചു. അപ്പോഴേക്കും ഇരുമ്പുവാതിൽ തുറന്ന് കുറേയേറെ പൊലീസുകാരെത്തി. അവർ ഭഗതിനെ പൊക്കിയെടുത്ത് ഡെസ്കിൽ മലർത്തിക്കിടത്തി. എന്നിട്ട് കയർകൊണ്ട് ഡെസ്കിനോടു ചേർത്ത് വരിഞ്ഞുകെട്ടി. ഭഗതിന് ഒന്നും ചെയ്യാൻ കഴിഞ്ഞില്ല. ഒന്നനങ്ങാൻപോലും സാധിച്ചില്ല. രണ്ടു പൊലീസുകാർ തോക്കിന്റെ പാത്തികൊണ്ട് ഭഗതിന്റെ നെഞ്ചിൽ ആഞ്ഞടിച്ചു. മറ്റ് രണ്ടുപേർ ലാത്തികൊണ്ട് കാല്പാദത്തിലും അടിച്ചു. വേദന കടിച്ചമർത്തി ഭഗത് ഉച്ചത്തിൽ വിളിച്ചു പറഞ്ഞു.

"ബ്രിട്ടീഷ് ഭരണം തുലയട്ടെ, സാമ്രാജ്യത്വം നശിക്കട്ടെ, ഇൻക്വിലാബ് സിന്ദാബാദ്, ഭാരത് മാതാ കീ ജയ്."

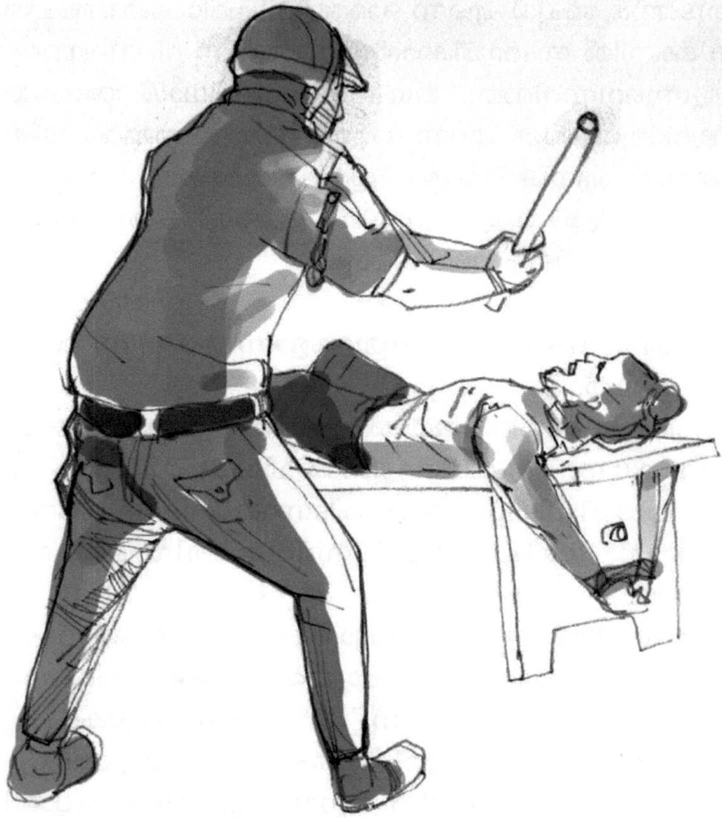

ബ്രിട്ടീഷ് പൊലീസുകാരന്റെ ഓരോ അടിയിലും ഭഗതിന്റെ നാവിൽനിന്നും ഈ മുദ്രാവാക്യം ഉയർന്നുകൊണ്ടിരുന്നു. കുറേ കഴിഞ്ഞപ്പോൾ ഭഗതിന്റെ ശരീരത്തിൽ ചോര പൊട്ടിയൊലിക്കാൻ തുടങ്ങി. എന്നിട്ടും പൊലീസുകാരുടെ അടി നിന്നില്ല. മൂന്നു പൊലീസുകാർ ഡെസ്കിൽ ചാടിക്കയറി. എന്നിട്ട് നെഞ്ചിലും വയറ്റിലും ബൂട്ടുകൊണ്ട് ആഞ്ഞുചവിട്ടി. പിന്നെ നെഞ്ചിൽ മണൽ വിതറിയിട്ട് ശക്തിയായി ചവിട്ടി ഞെരിച്ചു. ആ വിപ്ലവകാരിയുടെ ശബ്ദം വീണ്ടും ജയിലറകളിൽ മുഴങ്ങി. "ബ്രിട്ടീഷ് ഭരണം തുലയട്ടെ, ഇൻക്വിലാബ് സിന്ദാബാദ്...., ഭാരത് മാതാ കീ ജയ്...."

പിന്നീടവർ ഭഗതിനെ ഡെസ്കിൽനിന്നും മാറ്റി മുറിയുടെ മൂലയിൽ കുനിച്ചു നിർത്തി കൈമുട്ടുകൊണ്ട് മാറി മാറി ആഞ്ഞിടിച്ചു. ഓരോ ഇടിയിലും ഭഗതിന്റെ നാവിൽനിന്നും മുദ്രാവാക്യം ഉയർന്നു കേട്ടുകൊണ്ടിരുന്നു. കുറേ നേരം അതു തുടർന്നു. ഒടുവിൽ പൊലീസുകാർ തളർന്നപ്പോൾ മർദ്ദനം നിർത്തി.

ഭഗത് അപ്പോഴേക്കും തളർന്ന്, നിലത്ത് വീണിരുന്നു. പൊലീസുകാർ വിയർത്തു കുളിച്ചു നില്ക്കുന്നത് ഭഗത് ആ കിടപ്പിൽ കണ്ടു. ആ ധീര വിപ്ലവകാരി ശാരീരികമായി ആകെ തളർന്നെങ്കിലും മനസ്സിന് യാതൊരു മങ്ങലും ഏറ്റില്ല.

ഒരു തുള്ളി വെള്ളത്തിനായി നാവു കൊതിച്ചെങ്കിലും ആ കാപാലികന്മാരോടു ഭഗത് വെള്ളം ആവശ്യപ്പെട്ടില്ല. എങ്കിലും ആ നാവിൻ തുമ്പിൽനിന്നും മുദ്രാവാക്യം പതിഞ്ഞ സ്വരത്തിൽ വന്നുകൊണ്ടിരുന്നു. ഒടുവിൽ ബോധമറ്റ് തല ചാഞ്ഞു.

എട്ട്

ഒരുദിവസം ഭഗതിന്റെ അമ്മ വിദ്യാവതിയും അനുജൻ കുൽബീർസിങ്ങും ജയിലിൽ വന്നു. മകനെ കണ്ടിട്ട് നാളുകളേറെയായി ആ അമ്മ. ജയിലിൽ ബ്രിട്ടീഷുകാർ മകനെ തല്ലിച്ചതയ്ക്കുമെന്ന് വിദ്യാവതിക്കറിയാം. മുത്തശ്ശി വീട്ടിൽ കരച്ചിലോടു കരച്ചിൽ തന്നെ. ഭഗതിനെ ഏറ്റവും കൂടുതൽ സ്നേഹിച്ചിരുന്നത് മുത്തശ്ശിയാണ്. മുത്തശ്ശിയും ജയിലിൽവന്ന് ഭഗതിനെ കാണണമെന്ന് നിർബ്ബന്ധം പിടിച്ചിരുന്നു. എന്നാൽ പ്രായക്കൂടുതലുള്ള മുത്തശ്ശിയെ കൊണ്ടുവരുന്നത് ശരിയാവില്ലെന്ന് വിദ്യാവതിക്കറിയാം. മുത്തശ്ശി പകലുറക്കത്തിലായപ്പോൾ കുൽബീർ സിങ്ങുമായി പുറപ്പെടുകയായിരുന്നു. എന്നാൽ നിർഭാഗ്യമെന്നു പറഞ്ഞാൽ മതിയല്ലോ, ജയിലധികൃതർ ഭഗതിനെ കാണാൻ ആ അമ്മയേയും മകനേയും അനുവദിച്ചില്ല. വിദ്യാവതി അവരുടെ കാലുപിടിച്ച് അപേക്ഷിച്ചെങ്കിലും വെള്ളക്കാരന്റെ മനസ്സ് പാറപോലെ ഉറച്ചുനിന്നു. കുറച്ചുകഴിയുമ്പോൾ അവരുടെ മനസ്സിനു മാറ്റം വരുമെന്ന് പ്രതീക്ഷയിൽ വിദ്യാവതിയും മകനും സന്ധ്യവരെ കാത്തു നിന്നെങ്കിലും പ്രയോജനമുണ്ടായില്ല. ജയിലിൽ കഴിയുന്ന തന്റെ മകനോടു സംസാരി

ക്കാൻ അനുവദിക്കണ്ട, ദൂരെനിന്നും ഒരു നോക്കു കാണാനെങ്കിലും അനുവാദം തരണമെന്ന് വിദ്യാവതി കേണപേക്ഷിച്ചു. എന്നിട്ടും ബ്രിട്ടീഷുകാരൻ വഴങ്ങിയില്ല. ഒടുവിൽ ഭഗതിനെ കാണാനാവാതെ ആ അമ്മയും മകനും ദുഃഖത്തോടെ തിരിച്ചു പോവുകയായിരുന്നു.

ഇതിനിടെ തടവുകാരോടു പൊലീസ് കാട്ടുന്ന ക്രൂരതയ്ക്ക് എതിരെ ജയിലിൽ ഭഗതിന്റെ നേതൃത്വത്തിൽ നിരാഹാരസമരം തുടങ്ങി. മനുഷ്യത്വപരമായ പെരുമാറ്റം ഉണ്ടാകണമെന്ന് അവർ ആവശ്യപ്പെട്ടു. രാഷ്ട്രീയത്തടവുകാരായി പരിഗണിച്ച് അർഹമായ സൗകര്യം ചെയ്തു തരണം. തടവുകാർക്ക് ജയിലിൽ നല്ല ഭക്ഷണവും സോപ്പും എണ്ണയും ദിനപത്രങ്ങളും മറ്റ് പ്രസിദ്ധീകരണങ്ങളും ലഭിക്കണമെന്നും ആവശ്യപ്പെട്ട് തുടങ്ങിയ നിരാഹാരസമരം പുറത്തറിഞ്ഞു. ജനങ്ങൾ ആകെ ഇളകിമറിഞ്ഞു. ഭഗത്സിങ്ങിന്റേയും ദത്തിന്റേയും ജീവൻ രക്ഷിക്കണമെന്ന് ആവശ്യപ്പെട്ട് രാജ്യസ്നേഹികൾ രംഗത്തുവന്നു. ജയിലധികൃതർ സമരക്കാരെ ബലം പ്രയോഗിച്ച് ആഹാരം കഴിപ്പിക്കാൻ ശ്രമിച്ചു. ആരും വഴങ്ങിയില്ല. ജയിൽ സൂപ്രണ്ടിന് ഭഗതും ദത്തും ഇക്കാര്യങ്ങൾ ചൂണ്ടിക്കാട്ടി കത്തെഴുതി. തുടർന്ന് ഭഗതിനെ മിയാൻവാലി ജയിലിൽനിന്ന് ലാഹോർ ജയിലിലേക്കു മാറ്റി. അദ്ദേഹം അവിടെയും നിരാഹാരം തുടർന്നു. 103-ാം നമ്പർ സെല്ലിലാണ് ഭഗതിനെ അടച്ചത്.

ലാഹോർ ഗൂഢാലോചനക്കേസിന്റെ വിചാരണ 1929 ജൂലൈ 10 ന് തുടങ്ങി. വിചാരണയ്ക്കുവേണ്ടി ഒരു പ്രത്യേക കോടതി തെരഞ്ഞെടുത്തു. ബ്രിട്ടീഷ് അനുകൂലിയായ റായ് സാഹിബ് പണ്ഡിറ്റ് ശ്രീകിഷൻ എന്ന ഇന്ത്യക്കാരനായിരുന്നു മജിസ്ട്രേറ്റ്.

നിരാഹാരം 26 ദിവസം പിന്നിട്ടു. നിരാഹാരസമരം അനുഷ്ഠിച്ചുവന്ന ഒരു ധീരവിപ്ലവകാരി ജതിൻദാസ് മരിച്ചു.

അസിസ്റ്റന്റ് പൊലീസ് സൂപ്രണ്ട് സാൻഡേഴ്സിനെ വധി

ക്കുകയും അസംബ്ലിയിൽ ബോംബെറിഞ്ഞ് 6 പേരെ പരിക്കേല്പിക്കുകയും ലാഹോറിലും ആഗ്രയിലും സഹറൻപൂരിലും ബോംബു നിർമ്മാണശാലകൾ ആരംഭിക്കുകയും ചെയ്തു തുടങ്ങിയ കുറ്റകൃത്യങ്ങളാണ് കേസിൽ ആരോപിച്ചത്. 25 പ്രതികളെയാണ് ലാഹോർ ഗൂഢാലോചനക്കേസിൽ ഉൾപ്പെടുത്തിയിരുന്നത്. ഇവർക്കെതിരെ 600 സാക്ഷികളെയും ഉണ്ടാക്കി. എന്നിട്ടും ജനങ്ങൾക്കിടയിൽ വിപ്ലവകാരികൾക്കുള്ള പിന്തുണ വർദ്ധിച്ചുവന്നു.

ആസഫ് അലിയാണ് പ്രതികൾക്കുവേണ്ടി കോടതിയിൽ ഹാജരായത്. ഭഗത് ഉൾപ്പെടെ 13 പ്രതികളെ കോടതിയിൽ ഹാജരാക്കി. ഭഗത്സിങ്ങിനെ സ്ട്രെക്ചറിൽ കിടത്തിയാണ് പൊലീസുകാർ കൊണ്ടുവന്നത്. പൊലീസ് മർദ്ദനവും നിരാഹാരവും ആ വിപ്ലവകാരിയെ ശാരീരികമായി ഏറെ തളർത്തിക്കളഞ്ഞു. എങ്കിലും മനസ്സ് ആവേശത്തിമിർപ്പിലായിരുന്നു. വിചാരണ തുടങ്ങിയ ദിവസം ഭഗതിന്റെ അച്ഛൻ കിഷൻസിങ്, അമ്മ വിദ്യാവതി, ഇളയമ്മ എന്നിവർ വന്നിരുന്നു. മുത്തശ്ശിക്ക് വരണമെന്നുണ്ടായിരുന്നെങ്കിലും യാത്രയുടെ ബുദ്ധിമുട്ട് കൊണ്ട് വരാൻ കഴിഞ്ഞില്ല. വളരെ അവശനായി സ്ട്രെക്ചറിൽ കിടത്തിക്കൊണ്ടുവന്ന ഭഗതിനെ കണ്ട് അമ്മ വിദ്യാവതിയുടെ കണ്ണുകൾ നിറഞ്ഞു. പിന്നെ ആ കണ്ണുകളിൽനിന്നും കണ്ണുനീർ ധാരയായി ഒഴുകാൻ തുടങ്ങി. കുട്ടിക്കാലത്ത് തോക്കുകളാണെന്നു സങ്കല്പിച്ച് വൈക്കോൽ നട്ട ഭഗതിനെ വിദ്യാവതി ഓർത്തു. കോടതിക്കകത്ത് പ്രവേശിച്ചപ്പോൾ നിശ്ശബ്ദതയിൽ ഭഗതിന്റെയും ബട്കേശ്വർ ദത്തിന്റെയും മുദ്രാവാക്യം ഉയർന്നു.

"ഇൻക്വിലാബ് സിന്ദാബാദ്... സാമ്രാജ്യത്വം തുലയട്ടെ." അവശനെങ്കിലും മുദ്രാവാക്യങ്ങൾക്കിടയിൽ ഭഗത് മുഷ്ടി ചുരുട്ടി ഉയർത്തുന്നത് എല്ലാവരും ശ്രദ്ധിച്ചു. ഡൽഹിയിലെ അഡീഷണൽ മജിസ്ട്രേറ്റ് എഫ് ബി പൂളിന് ഇത് ഇഷ്ടപ്പെട്ടില്ല. മുദ്രാവാക്യം വിളിച്ചവരുടെ കൈകളിൽ വിലങ്ങു വയ്ക്കാൻ

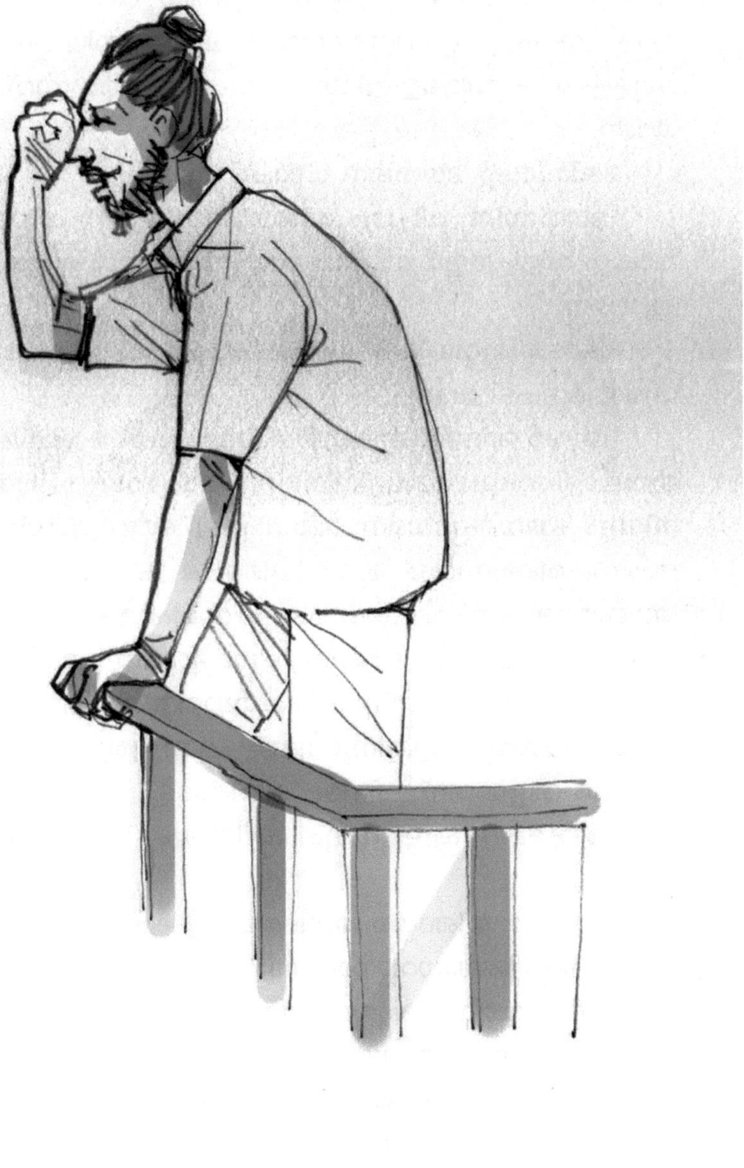

അദ്ദേഹം ഉത്തരവിട്ടു. ഭഗതിനെ സ്ട്രെക്ചറിൽനിന്നും ഇറക്കി പ്രതിക്കൂട്ടിൽ നിർത്തി. അപ്പോഴും ആ മുഖത്ത് വിപ്ലവജ്വാലകൾ പാറുന്നതുപോലെ കാണുന്നവർക്കു തോന്നി. പൊലീസുകാർ ഭഗതിനേയും ദത്തിനേയും വിലങ്ങണിയിച്ചു. കോടതിക്കുള്ളിൽ പ്രതികളെ വിലങ്ങുവെച്ചു നിർത്തുന്നത് ആദ്യമായാണ്.

മജിസ്ട്രേറ്റ് ഭഗതിനെ നോക്കി ചോദിച്ചു.

"ഭഗത്സിങ്, വിപ്ലവം വിജയിക്കട്ടെ എന്നു നിങ്ങൾ മുദ്രാവാക്യം വിളിച്ചല്ലോ. വിപ്ലവം കൊണ്ട് നിങ്ങൾ ഉദ്ദേശിക്കുന്നത് എന്താണ്?"

കോടതിമുറിയിലെ നിശ്ശബ്ദതയെ ഭേദിച്ചുകൊണ്ട് ഭഗതിന്റെ മറുപടി വന്നു.

"യുവർ ഓണർ, ഞങ്ങൾ വിപ്ലവം കൊണ്ട് ഉദ്ദേശിക്കുന്നത് മുതലാളിത്തബന്ധങ്ങളിൽനിന്നും സാമ്രാജ്യത്വയുദ്ധങ്ങളിൽനിന്നും പാവപ്പെട്ടവനെ മോചിപ്പിച്ച് തൊഴിലാളിവർഗ്ഗത്തെ അംഗീകരിക്കുന്നതും മുതലാളിത്ത ഭീഷണികൊണ്ട് തകരാത്തതുമായ ഒരു ഫെഡറേഷനും സമൂഹവും വാർത്തെടുക്കലാണ്. ഇപ്പോഴത്തെ ഭരണവ്യവസ്ഥ ഇതിന് തടസ്സമാണ്. മനുഷ്യന്റെ അവകാശമാണ് വിപ്ലവം. സ്വാതന്ത്ര്യം എല്ലാവരുടെയും ജന്മാവകാശവും. ഇതിനുവേണ്ടി എന്തു ത്യാഗം ചെയ്യാനും ഞങ്ങൾ തയ്യാറാണ്. വിപ്ലവം ജയിക്കട്ടെ."

അതുകേട്ട് എല്ലാവരും മജിസ്ട്രേട്ടിന്റെ മുഖത്തേക്കു നോക്കി.

"ഓഹോ, നിങ്ങൾക്കെതിരെയുള്ള കുറ്റാരോപണത്തെക്കുറിച്ച് പൂർണ്ണ ബോധവാനാണോ?"

"തീർച്ചയായും യുവർ ഓണർ, ഞങ്ങൾക്ക് ഒരു വ്യക്തിയോടും പകയില്ല. അധികാര സ്ഥാനങ്ങളോടാണ് ഞങ്ങൾക്ക് എതിർപ്പ്. കാരണം അവർ ഞങ്ങളെ ദ്രോഹിക്കുന്നു. അത് ഞങ്ങൾ തുറന്നു കാട്ടിയെന്നു മാത്രം."

ഭഗതിന്റെ മറുപടികേട്ട് മജിസ്ട്രേറ്റ് മുഖം താഴ്ത്തി എന്തോ രേഖപ്പെടുത്തി.

1908 ലെ സ്ഫോടക നിയമം 3-ാം വകുപ്പനുസരിച്ച് ഭഗത്സിങ്ങും ദത്തും പ്രഥമദൃഷ്ട്യാ കുറ്റക്കാരാണെന്ന് മജിസ്ട്രേറ്റ് അഭിപ്രായപ്പെട്ടു. തുടർന്ന് കേസ് സെഷൻസ് കോടതിയിലേക്കു വിട്ടു.

ഒൻപത്

വിലങ്ങുവെച്ചു സ്ട്രെക്ചറിൽ തിരികെ കൊണ്ടുപോകാൻ നേരം ഭഗത് അമ്മ വിദ്യാവതിയേയും കിഷൻസിങ്ങിനേയും ഇളയമ്മയേയും കണ്ടു. ഒന്നും സംസാരിക്കാൻ കഴിഞ്ഞില്ല. അമ്മ കണ്ണുനീർ വാർക്കുന്നത് ഭഗത് കണ്ടു. പൊലീസുകാർ വളരെവേഗം ഭഗതിനെ കൊണ്ടുപോയി.

1929 ൽ തന്നെ സെഷൻസ് കോടതിയിൽ വിചാരണ തുടർന്നു. ബ്രിട്ടീഷുകാരനായ ലിയോനാർഡ് മിഡിൽറ്റൺ ആയിരുന്നു ജഡ്ജി. പ്രതികളെ കോടതിയിൽ കൊണ്ടുവന്നു. അസംബ്ലിഹാളിൽ ബോംബെറിഞ്ഞുവെന്ന കാര്യം അവർ തുറന്നു സമ്മതിച്ചു. ബോംബ് എറിയേണ്ടിവന്ന സാഹചര്യങ്ങളും കാരണവും അവർ വിശദീകരിച്ചു.

“ബോംബിട്ടത് തങ്ങൾ പ്രതിഷേധം അറിയിക്കാൻ മാത്രമാണ്. വരാൻ പോകുന്ന പ്രക്ഷോഭത്തിന്റെ മുന്നറിയിപ്പ്. അതുകൊണ്ടുതന്നെ ബോംബിട്ടത് ഒഴിഞ്ഞ സ്ഥലത്താണ്. ഇതു മനസ്സിലാക്കി പ്രവർത്തിച്ചതിനാൽ ആരും കൊല്ലപ്പെട്ടതുമില്ല. മനുഷ്യജീവൻ ഏറെ വിലപ്പെട്ടതാണെന്നാണ് ഞങ്ങളുടെ വിശ്വാസം. ഞങ്ങൾക്ക് അസംബ്ലി ഹാളിലിരുന്ന പല പ്രമുഖരേയും വേണമെങ്കിൽ കൊല്ലാമായിരുന്നു. ഞങ്ങൾ എന്തു

ശിക്ഷ ഏറ്റുവാങ്ങാനും തയ്യാറാണ്. പക്ഷേ, ഒന്ന് ഓർക്കുക. വ്യക്തികളെ തകർത്തതുകൊണ്ട് ആശയം തകരില്ല. എത്ര ഗൂഢാലോചനക്കേസുകളും ഓർഡിനൻസുകളും കൊണ്ടുവന്നാലും ഇന്ത്യൻ സ്വാതന്ത്ര്യസമരത്തെ അടിച്ചമർത്താമെന്ന് സാമ്രാജ്യത്വശക്തികൾ കരുതണ്ട."

പക്ഷേ, ജഡ്ജി ഈ വാദങ്ങളൊന്നും അംഗീകരിക്കാൻ തയ്യാറായില്ല. ഭഗതും ദത്തും മരണം സംഭവിക്കണമെന്ന ഉദ്ദേ

ശ്യത്തോടുകൂടി ബോംബെറിഞ്ഞതാണെന്നു ജഡ്ജി വിധിച്ചു.

"ഏതു സാഹചര്യത്തിലാണെങ്കിലും ഒരു വ്യക്തി ബോംബെറിയുമ്പോൾ അതുകൊണ്ട് മരണവും അംഗവൈകല്യവും നാശവും ഉണ്ടാകുമെന്ന് ബോദ്ധ്യമാകണം" – ഇതായിരുന്നു ജഡ്ജിയുടെ ന്യായം. ഭഗത്സിങ് എറിഞ്ഞ ആദ്യ ബോംബ് മൂലം മൂന്നുപേർക്ക് പരിക്കേറ്റെന്നും മറ്റു മൂന്നുപേരെ പരിക്കേല്പിച്ച രണ്ടാമത്തെ ബോംബ് ബട്കേശ്വർ ദത്ത് എറിഞ്ഞതാണെന്നും ജഡ്ജി സ്ഥിരീകരിച്ചു. എന്നാൽ ആരേയും പരുക്കേല്പിക്കണമെന്ന് പ്രതികൾക്ക് ഉദ്ദേശ്യമുണ്ടായിരുന്നില്ലെന്നും ജഡ്ജി പറഞ്ഞു.

രണ്ടു പ്രതികളും കുറ്റക്കാരാണെന്നും കഠിനശിക്ഷ അർഹിക്കുന്നുവെന്നും ജഡ്ജി വിധിച്ചു. പ്രതികളുടെ ചെറുപ്രായം കണക്കിലെടുത്ത് കഠിനശിക്ഷയിൽനിന്നും ഒഴിവാക്കുകയും ഭഗതിനേയും ദത്തിനേയും ജീവപര്യന്തം ജയിൽശിക്ഷയ്ക്കു വിധിക്കുകയും ചെയ്തു. ഹൈക്കോടതിയിൽ അപ്പീൽ സമർപ്പിക്കാൻ പ്രതിഭാഗം വക്കീലായ ആസഫ് അലി നിർദ്ദേശിച്ചു. തുടർന്ന് ലാഹോർ ഹൈക്കോടതിയിൽ അപ്പീൽ നല്കി. എന്നാൽ 1930 ജനുവരി 13 ന് സെഷൻസ് കോടതിവിധി ഹൈക്കോടതി ശരിവച്ചു. ഭഗത്സിങ്ങിനെ മിയാൻവാലി ജയിലിലേക്കും ദത്തിനെ ലാഹോർ ജയിലിലേക്കും മാറ്റി. ഇതിനിടെ ലാഹോറിൽവച്ച് അഖില പഞ്ചാബ് വിദ്യാർത്ഥി സമ്മേളനം നടന്നു. സുഭാഷ് ചന്ദ്രബോസായിരുന്നു സമ്മേളനത്തിന്റെ അദ്ധ്യക്ഷൻ. ഭഗത്സിങ്ങും ദത്തും ആ സമ്മേളനത്തിൽ ഒരു സന്ദേശം അയച്ചു. വിദ്യാർത്ഥികൾ അചഞ്ചലമായ ധീരത തെളിയിക്കണം. കോൺഗ്രസിന്റെ അടുത്ത ലാഹോർ സമ്മേളനം രാജ്യത്തിന്റെ സ്വാതന്ത്ര്യത്തിനുവേണ്ടിയുള്ള പോരാട്ടം പ്രഖ്യാപിക്കുകയാണ്. നിങ്ങൾക്കാണതിന്റെ പൂർണ്ണ ഉത്തരവാദിത്വം – ഈ സന്ദേശം സമ്മേളനത്തിൽ വായിച്ചപ്പോൾ വിദ്യാർത്ഥികൾ ആവേശഭരിതരായി. "ഭഗത്സിങ് സിന്ദാബാദ്" വിളികൾ അവിടമാകെ മുഴങ്ങി. തുടർന്ന് സുഭാഷ് ചന്ദ്രബോസ് ജയിലിൽവന്ന് ഭഗത്സിങ്ങിനേയും കൂട്ടരേയും കണ്ടു.

കേസ് ഒരു പ്രത്യേക ട്രൈബ്യൂണലിന്റെ കീഴിലാക്കി. മരണ ശിക്ഷ ഉൾപ്പെടെയുള്ള ശിക്ഷ ട്രൈബ്യൂണലിന് വിധിക്കാം. വിചാരണകൾ തുടർന്നു.

ഒടുവിൽ 1930 ഒക്ടോബർ 17 ന് വിധി പ്രഖ്യാപിച്ചു. ഭഗത് സിങ്ങിനേയും രാജ്ഗുരുവിനേയും സുഖ്ദേവിനേയും കഴുത്തിൽ കുരുക്കിട്ട് മരണംവരെ തൂക്കിക്കൊല്ലാൻ. മറ്റുള്ളവരെ ജീവപര്യന്തം നാടുകടത്താനും വിധിച്ചു. ഭഗതിന് അപ്പോൾ 24 വയസ്സ്. രാജ്യം ഞെട്ടലോടെയാണ് ആ വാർത്ത കേട്ടത്. ജനം ഇളകി. എങ്ങും പ്രതിഷേധയോഗങ്ങളും പ്രകടനങ്ങളും. ആകെ 32 പ്രതികളെയാണ് കണ്ടെത്തിയത്. ഇതിൽ 7 പേർ കൂറുമാറിയതിനാൽ മാപ്പുസാക്ഷികളാക്കി. പലർക്കും പല ശിക്ഷകൾ.

ബട്കേശ്വർദത്ത് മറ്റൊരു കേസിൽ ജീവപര്യന്തം തടവു ശിക്ഷ അനുഭവിക്കുന്നതിനാൽ ഇപ്പോഴത്തെ ശിക്ഷയിൽ നിന്നും ഒഴിവാക്കി.

വിധിക്കെതിരെ അപ്പീലുകളും ഹർജികളും നല്കിയെങ്കിലും അനുകൂലമായില്ല.

മരണശിക്ഷ ഭഗത് തന്റെ പ്രിയ സഹതടവുകാരനായിരുന്ന ദത്തിനെ കത്തുമൂലം അറിയിച്ചു.

1931 മാർച്ച് 23 ന് ഭഗതിനെ തൂക്കിലേറ്റാൻ ബ്രിട്ടീഷുകാർ തീരുമാനിച്ചു. മാർച്ച് 3 ന് ഭഗത്സിങ്ങിനെ കാണാൻ കുടുംബമെത്തി. അവസാന കൂടിക്കാഴ്ച. പൊലീസ് ഭഗതിനെ സന്ദർശനമുറിയിൽ കൊണ്ടുവന്നു. ധീരതയ്ക്ക് ഒരു മങ്ങലും ആ മുഖത്ത് പ്രകടമായിരുന്നില്ല. അച്ഛൻ, അമ്മ, അനുജൻ, മുത്തശ്ശി, ഇളയച്ഛന്മാർ, ഇളയമ്മമാർ എല്ലാവരേയും ഭഗത് ഒരു ഭാവമാറ്റവുമില്ലാതെ ആശ്വസിപ്പിച്ചു.

അമ്മ വിദ്യാവതിയും മുത്തശ്ശിയും പൊട്ടിക്കരഞ്ഞു. അവർ ഭഗതിനെ കെട്ടിപ്പിടിച്ചു തേങ്ങി. മുത്തശ്ശിയുടെ പഞ്ഞിപോലുള്ള തലമുടിയിൽ ഭഗത് വിരലുകളോടിച്ചു. മുത്തശ്ശി ആകെ അവശയായതായി ഭഗതിനു തോന്നി.

“എന്റെ മുത്തശ്ശി കരയരുത്.... വിപ്ലവകാരികളുടെ കുടുംബമാണ് നമ്മുടേത്. വിപ്ലവകാരികൾ കരയാൻ പാടില്ല.” ഭഗത്

മുത്തശ്ശിയുടെ ചെവിയിൽ പറഞ്ഞു. ഭഗതിന്റെ നെഞ്ചിൽ ചുക്കിച്ചുളിഞ്ഞ മുഖമമർത്തി മുത്തശ്ശി കരഞ്ഞു. ധീരവിപ്ലവകാരികളുടെ കഥ പറഞ്ഞുതന്ന മുത്തശ്ശി, ഗോതമ്പ് പാടത്തും മറ്റും കൊണ്ടുപോയി ആഹാരം വാരിത്തന്ന് ഉറക്കിയ എന്റെ മുത്തശ്ശി. ഭഗത് മുത്തശ്ശിയെ ഉമ്മവച്ചു. പിന്നെ അമ്മയുടെ അടുത്തേക്കു വന്നു. അമ്മ വിദ്യാവതിയുടെ കരച്ചിൽ തീർന്നില്ലായിരുന്നു. ഭഗത് പറഞ്ഞു.

"എന്നെ തൂക്കിലിടുന്ന ദിവസം ദയവായി അമ്മ വരരുത്. അമ്മ കരഞ്ഞു ബോധം കെട്ടുവീഴും. എന്റെ അമ്മ കരയാൻ പാടില്ല. ഭഗത്സിങ്ങിന്റെ അമ്മ കരഞ്ഞാൽ നാണക്കേടാണമ്മേ. മാതൃരാജ്യത്തിന് നാണക്കേട്. അമ്മ കരയുന്നതുകണ്ടാൽ ആളുകളെന്തു പറയും? അതുവേണ്ടമ്മേ, എനിക്കിഷ്ടമല്ല എന്റെ അമ്മ കരയുന്നത്. ബ്രിട്ടീഷുകാർ തൂക്കിക്കൊന്ന ഒരു ധീരവിപ്ലവകാരിയുടെ അമ്മ എന്ന നിലയിൽ എന്റെ അമ്മ ജീവിക്കണം. കരയാതെ.... എന്നെ ഓർത്ത് ദുഃഖിക്കാതെ ധീരമായി ജീവിക്കണം. എന്റെ പോരാട്ടങ്ങൾക്കൊടുവിൽ ഫലം ഉണ്ടാകും അമ്മേ. എന്റെ മനസ്സു പറയുന്നു. സത്യമായിട്ടും അമ്മേ."

ഭഗത് അതു പറഞ്ഞിട്ട് അമ്മയുടെ നെറ്റിയിൽ ചുംബിച്ചു. അന്ത്യചുംബനം. പിന്നെ അടുത്തതായി അനുജൻ കുൽബീർസിങ്ങിന്റെ അടുത്തു വന്നു കെട്ടിപ്പിടിച്ചു. അനുജൻ കരഞ്ഞപ്പോൾ ഭഗത് പറഞ്ഞു.

"നിന്റെ കരച്ചിൽ എനിക്ക് സഹിക്കാൻ കഴിയില്ല. പ്രിയ സഹോദരാ, നമ്മുടെ ഭാരതാംബയ്ക്കു വേണ്ടിയല്ലേ ഇത്? എന്റെ കുഞ്ഞ് നന്നായി പഠിക്കണം. മനസ്സ് പതറരുത്. മാർച്ച് 23 ന് തൂക്കിലേറ്റപ്പെട്ടു കഴിഞ്ഞാലും ഞാൻ ജീവിച്ചിരിക്കുന്നതായി കരുതി ജീവിക്കണം. ഞാൻ മരിച്ചാലും ഇവിടെ അനേകം വിപ്ലവകാരികളുണ്ട്. അവർ വിജയം കൈവരിക്കും. തീർച്ച. എന്റെ പൊന്നനുജാ, മോനേ... അമ്മയേയും മുത്തശ്ശിയേയും നീ പറഞ്ഞ് സമാധാനിപ്പിക്കണം."

ഭഗതിന്റെ വാക്കുകൾ കേട്ട് കുൽബീർസിങ്ങിനു ദുഃഖമടക്കാനായില്ല. അവൻ ഭഗതിനെ കെട്ടിപ്പിടിച്ചുകരഞ്ഞു. പിന്നെ

ഇളയമ്മമാരേയും ഇളയച്ഛന്മാരേയും ആശ്വസിപ്പിച്ചു. അപ്പോഴേക്കും പൊലീസുകാരുടെ ശബ്ദം മുഴങ്ങി.

"ഉം... മതി മതി സമയം തീർന്നു." അവർ ഭഗതിനെ അകത്തേക്കു കൊണ്ടുപോകുന്നതും നോക്കി അവർ കണ്ണീർ വാർത്തുകൊണ്ടുനിന്നു. അവസാനത്തെ കാഴ്ച. വിദ്യാവതിയും മുത്തശ്ശിയും ഭഗത് കണ്ണിൽനിന്നും മറയുന്നതുവരെ നോക്കിനിന്നു.

പത്ത്

ആയിരത്തി തൊള്ളായിരത്തി മുപ്പത്തി ഒന്ന് മാർച്ച് 23.

സമയം വൈകിട്ട് ആറ് മണി. ജയിലിലെ അരണ്ട വെളിച്ച മുള്ള മുറി.

ഭഗത്സിങ്ങിനേയും രാജ്ഗുരുവിനേയും സുഖ്ദേവിനേയും ജയിലറകളിൽനിന്നും പുറത്തുകൊണ്ടുവരാൻ ജയിൽ സൂപ്രണ്ട് ഉത്തരവിട്ടു.

ജയിൽ ഉദ്യോഗസ്ഥർ ചെല്ലുമ്പോൾ ഭഗത് പുസ്തകം വായിച്ചു കൊണ്ടിരിക്കുകയായിരുന്നു – ലെനിന്റെ *ഭരണകൂടവും വിപ്ലവവും* എന്ന പുസ്തകം.

"പുറത്തേക്കു കൊണ്ടുവരാൻ ജയിൽ സൂപ്രണ്ടിന്റെ ഉത്ത രവുണ്ട്." ഉദ്യോഗസ്ഥർ പറഞ്ഞതുകേട്ട് ഭഗത് തലയുയർത്തി. പിന്നെ പറഞ്ഞു.

"പുസ്തകം വായിച്ചു തീരാൻ ഏതാനും പേജുകൾ കൂടി ബാക്കിയുണ്ട്. അതിനുള്ള അനുവാദം തരണം."

ഉദ്യോഗസ്ഥർ സമ്മതിച്ചു. വായിച്ചു കഴിഞ്ഞപ്പോൾ ഭഗത് പതുക്കെ എഴുന്നേറ്റു. പിന്നെ പറഞ്ഞു.

"സമയമായി അല്ലേ, ഞാൻ നിങ്ങളെ പ്രതീക്ഷിക്കുകയാ

യിരുന്നു. എനിക്ക് സന്തോഷമായി. മരണത്തെ സ്വീകരിക്കാൻ ഞാൻ തയ്യാർ." ഉദ്യോഗസ്ഥർ ഭഗതിനേയുംകൊണ്ട് പുറത്തേക്കു നടന്നു. ഇതോടൊപ്പം സുഖ്ദേവിനേയും രാജ്ഗുരുവിനേയും കൊണ്ടുവന്നു. മൂന്നുപേരെയും കുളിപ്പിക്കാനുള്ള ഏർപ്പാടു ചെയ്തു. അവസാനത്തെ കുളി. കുളി കഴിഞ്ഞെത്തിയപ്പോൾ ധരിക്കാൻ കറുത്ത വസ്ത്രം എത്തി. തൂക്കിക്കൊല്ലുന്നവരെ കറുത്ത വസ്ത്രം അണിയിക്കണമെന്ന് നിയമമുണ്ടായിരുന്നു.

എന്നാൽ ഭഗത്സിങ് അത് എതിർത്തു.

"വേണ്ട, കറുത്ത തുണികൊണ്ടു മൂടാൻ ഞങ്ങൾ കൊള്ളക്കാരല്ല. വിപ്ലവകാരികളാണ്."

ഇതുകേട്ട് ജയിൽ അധികൃതർ കറുത്ത തുണി അവരെ അണിയിച്ചില്ല. പിന്നെ പൊലീസ് അകമ്പടിയോടെ കൊലമരത്തിനടുത്തേക്ക് കൊണ്ടുപോയി. തൂക്കിലേറ്റപ്പെടുന്ന മൂന്നുപേരും കണ്ടുമുട്ടി. അടുത്തനിമിഷം ഒരുമിച്ചവർ മുദ്രാവാക്യം മുഴക്കി.

"വിപ്ലവം ജയിക്കട്ടെ, സാമ്രാജ്യത്വം തുലയട്ടെ. ബ്രിട്ടീഷ് ഭരണം തകരട്ടെ...." ഈ ശബ്ദം ജയിലറകളിൽ മുഴങ്ങിക്കേട്ടു. മറ്റു തടവുകാർ അത് ഏറ്റുചൊല്ലി. ജയിൽ ഭിത്തികളിൽ മുദ്രാവാക്യം പ്രതിദ്ധ്വനിച്ചു.

ഇപ്പോൾ സമയം രാത്രി 7 മണി. തൂക്കിലേറ്റാനുള്ള എല്ലാ സജ്ജീകരണങ്ങളും റെഡിയാണെന്ന് ആരാച്ചാർ അറിയിച്ചു.

കഴുമരത്തിലേക്കുള്ള പടികളിലേക്കു കയറാൻ തുടങ്ങിയപ്പോൾ തലയിൽ മൂടാനുള്ള കറുത്ത തുണി ഒരു ഉദ്യോഗസ്ഥൻ കൊണ്ടുവന്നു.

അപ്പോൾ ഭഗത് പറഞ്ഞു.

"വേണ്ട, പാടില്ല. മരണത്തെ ഭയക്കുന്നവരല്ല ഞങ്ങൾ. സുന്ദരമായ ഈ രാജ്യം.... മാതൃരാജ്യം. അതുകണ്ടുകൊണ്ട് വേണം ഞങ്ങൾക്കു മരിക്കാൻ. മരിച്ചാലും ഞങ്ങളിൽ ദേശസ്നേഹം ഉണ്ടായിരിക്കും...."

ഉദ്യോഗസ്ഥർ സമ്മതിച്ചു.

ഭഗതും രാജ്ഗുരുവും സുഖ്ദേവും പുഞ്ചിരിച്ച് ധീരതയോടെ പടികൾ കയറി ചതിത്തട്ടിൽ വന്നുനിന്നു. ഈ ചതിത്തട്ടിലെ ഒരു ലിവർ പിടിച്ചു മാറ്റുമ്പോൾ പലക മാറുകയും തൂക്കിലേറ്റപ്പെടുന്നയാൾ കഴുത്തിലെ കുരുക്ക് മുറുകി താഴേക്കു പോകുന്നതുമായാണ് ക്രമീകരിച്ചിരിക്കുന്നത്.

കുറെ നിമിഷങ്ങൾ കടന്നുപോയി. സമയം 7.10. ബ്രിട്ടീഷ് ഉദ്യോഗസ്ഥരെല്ലാം സമീപത്തുണ്ട്. ആരാച്ചാർ അടുത്തുവന്നു. കൊലക്കുരുക്ക് മൂന്നുപേരുടെയും കഴുത്തിലിടാനാണ് വന്നത്. ഭഗതും സുഖ്ദേവും രാജ്ഗുരുവും തടഞ്ഞു. അവർ മൂന്നുപേരും കുരുക്ക് സ്വയം കഴുത്തിലിട്ടു. എന്നിട്ട് ഉച്ചത്തിൽ വിളിച്ചു. "ഇൻക്വിലാബ്.... സിന്ദാബാദ്...."

സമയം 7.15.

ആരാച്ചാർ ചതിത്തട്ടിന്റെ ലിവറിൽ കൈവച്ചു. മൂന്നു നിമിഷങ്ങൾ കഴിഞ്ഞപ്പോൾ ലിവർ ആരാച്ചാർ തട്ടിമാറ്റി. മൂന്നുപേരും നിന്നിരുന്ന തട്ട് ഇളകി മാറി. മൂന്നുപേരും കൊലക്കയറിൽ തൂങ്ങിനിന്നു. കൊലക്കയർ ഞെരിയുന്ന ശബ്ദം നിശ്ശബ്ദതയിൽ കേട്ടു. മൂന്നുപേരും പിടയുന്നു. ഭാരതാംബയ്ക്കുവേണ്ടി. കൈയും കാലും പിടയുന്നു. കുറേ നിമിഷങ്ങൾ.... ബ്രിട്ടീഷ് ഉദ്യോഗസ്ഥരുടെ മുഖത്ത് പുഞ്ചിരി വിടർന്നു.

ഭഗത്സിങ്ങിന്റെ മൃതദേഹം പോലും വിട്ടുകൊടുക്കാൻ ബ്രിട്ടീഷുകാർ തയ്യാറായില്ല. മൃതദേഹം ബന്ധുക്കൾക്ക് വിട്ടുകൊടുത്താൽ നാട്ടിൽ കലാപമുണ്ടാകുമെന്ന് അവർ ഭയപ്പെട്ടു. പ്രത്യേകിച്ച് ഭഗതിന്റെ മൃതദേഹം. രാത്രി തന്നെ അവർ ജയിലിനു പിൻഭാഗത്തെ ഭിത്തി പൊളിച്ച് രഹസ്യമായി മൃതദേഹങ്ങൾ കനത്ത പൊലീസ് കാവലിൽ വാഹനത്തിൽ കയറ്റി ഫിറോസ്പൂരിൽ കൊണ്ടുപോയി. അർദ്ധരാത്രിയിൽ സത്‌ലജ് നദിക്കരയിൽ മൂന്നു മൃതദേഹങ്ങളും കത്തിച്ചു. നേരം പുലരുന്നതിനുമുമ്പ് ചിതാഭസ്മം നദിയിൽ ഒഴുക്കിക്കളയുകയും ചെയ്തു. സംഭവം മണത്തറിഞ്ഞ നാട്ടുകാർ സംഘടിച്ച് നദി

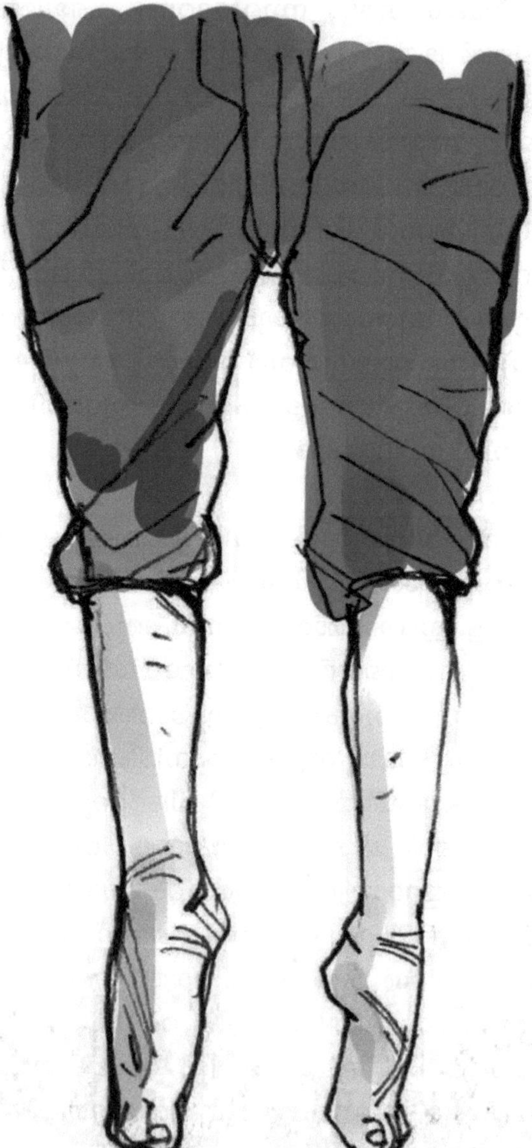

ക്കരയിലെത്തി. തൂക്കിക്കൊന്നശേഷം മൃതദേഹങ്ങൾപോലും വിട്ടുകൊടുക്കാത്ത സർക്കാർ നിലപാട് ജനങ്ങളെ പ്രകോപിതരാക്കി. ജനങ്ങൾ കൂടുതലെത്തിയപ്പോൾ പൊലീസ് അവിടെ നിന്നും പിൻവാങ്ങി.

പിറ്റേന്ന് കിഷൻസിങ് സ്ഥലത്തെത്തി. അസ്ഥികൾ മാത്രമാണ് അവർക്ക് കിട്ടിയത്. നാട്ടുകാർ അതുമെടുത്ത് വിലാപയാത്രയായി നാട്ടിൽ കൊണ്ടുപോയി സംസ്കരിച്ചു. ഇന്ത്യയിലെമ്പാടും പ്രതിഷേധകൊടുങ്കാറ്റ് വീശി. ജനങ്ങൾ ഹർത്താലാചരിച്ചു. ജനജീവിതം സ്തംഭിച്ചു. മിന്റോ പാർക്കിൽ വമ്പിച്ച അനുസ്മരണയോഗം ചേർന്നു.

ഭഗത്സിങ്ങിനേയും കൂട്ടരേയും തൂക്കിക്കൊന്ന സംഭവത്തിൽ അതുവരെ മൗനം പൂണ്ട പലരും പിന്നീട് പ്രതികരിക്കാൻ തുടങ്ങി. അന്നുതന്നെ നെഹ്റു ഡൽഹിയിൽ സംഭവത്തിനെതിരെ പത്രപ്രസ്താവന നടത്തി.

തൂക്കിക്കൊന്നശേഷം ബ്രിട്ടീഷുകാർ പൊങ്ങച്ചം പറയരുതെന്ന് വല്ലഭായ് പട്ടേൽ അഭിപ്രായപ്പെട്ടു.

മഹാത്മാഗാന്ധി ഇങ്ങനെ പ്രതികരിച്ചു.

"ലാഹോറിൽ വച്ച് ഭഗത്സിങ്ങിനെ ഒരു വിദ്യാർത്ഥിയായി ഞാൻ പലപ്പോഴും കണ്ടിരുന്നു. അടുത്തിടെ ഭഗതിന്റെ സ്വരാജ്യസ്നേഹത്തിന്റെയും ധീരതയുടെയും കഥകൾ കേൾക്കാനിടയായി. ആ ഭാവാത്മകത്വം ഞാൻ മറ്റൊരു ജീവിതത്തിലും കണ്ടതായി തോന്നുന്നില്ല. ആ ധീരത ചിലപ്പോൾ മറ്റുള്ളവർക്ക് തെറ്റായി തോന്നാം. ഈ യുവ ദേശസ്നേഹിയുടെ പാവനസ്മരണയ്ക്കു മുന്നിൽ നമുക്ക് എല്ലാം സമർപ്പിക്കാമെങ്കിലും ആ മാതൃക പിന്തുടരരുതെന്ന് യുവാക്കളോട് ഞാൻ അഭ്യർത്ഥിക്കും. കാരണം സ്വാതന്ത്ര്യം നേടുന്നത് കൊലപാതകത്തിൽ കൂടി ആകരുത്. ഭഗത് ചെയ്തത് ബുദ്ധിശൂന്യതയായിപ്പോയെന്ന് ഞാൻ വിശ്വസിക്കുന്നു.

വന്ദേമാതരം."

രാജ്യത്തിന്റെ സ്വാതന്ത്ര്യത്തിനുവേണ്ടി ജീവൻ ബലിയർപ്പി

ക്കാൻ ഇറങ്ങിത്തിരിച്ച ആ യുവാക്കളുടെ പേരുകൾ തുടർന്നും ജനങ്ങളിൽ ആവേശം ഉയർത്തി.

പഞ്ചാബിൽ സത്‌ലജ് നദിക്കരയിൽ ഭഗത്സിങ്ങിന്റെ ബലി കുടീരം ഉയർന്നു. ഇന്ന് അതൊരു തീർത്ഥാടനകേന്ദ്രം കൂടി യായി മാറിക്കഴിഞ്ഞു. രാഷ്ട്രീയ–ചരിത്ര വിദ്യാർത്ഥികൾ വന്നു പോകുന്നു അവിടെ. അത് കണ്ടിറങ്ങുമ്പോൾ എല്ലാവരുടെയും മനസ്സിൽ ഒരു വാചകം മായാതെ നില്ക്കും–ഭഗത്.... അങ്ങ് മഹാ നായിരുന്നു.

എന്താ, നിങ്ങൾക്കും അങ്ങനെ തോന്നുന്നില്ലേ?

●

9 789390 301164

Printed by Libri Plureos GmbH in Hamburg,
Germany